मराठमोळा
महाराष्ट्र

दिलीपराज प्रकाशन प्रा. लि.™

२५१ क, शनिवार पेठ, पुणे - ४११०३०.

दिलीपराज प्रकाशनाची सर्व पुस्तके आता आपण **Online** खरेदी करू शकता.

आमच्या **Website** ला कृपया एकदा अवश्य भेट द्या अथवा **Email** करा.

Email - diliprajprakashan@yahoo.in

www.diliprajprakashan.in

आपला
भारत १७

मराठमोळा
महाराष्ट्र

राजा मंगळवेढेकर

मराठमोळा महाराष्ट्र
Marathamola Maharashtra

लेखक : राजा मंगळवेढेकर

ISBN : 81 - 7294 - 270 - 2

प्रकाशक । राजीव दत्तात्रय बर्वे । मॅनेजिंग डायरेक्टर ।
दिलीपराज प्रकाशन प्रा. लि. । २५१ क, शनिवार पेठ । पुणे ४११०३०.
दूरध्वनी क्रमांक (फॅक्ससहित)
२४४७१७२३ । २४४८३९९५ । २४४९५३१४

मुद्रक । रेप्रो इंडिया लिमिटेड, मुंबई

सुधारित आधुनिक आवृत्ती । १५ जून २०१५
(मे २०१५ पर्यंतच्या माहितीसह)

प्रकाशन क्रमांक । ९२४

अक्षरजुळणी । सौ. मधुमिता राजीव बर्वे
पितृछाया मुद्रणालय । ९०९, रविवार पेठ । पुणे ४११००२.

मुद्रितशोधन । सुभाष फडके

मुखपृष्ठ । सागर नेने

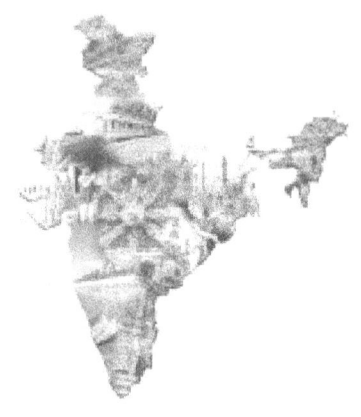

भिन्नतेत या अभिन्न...

भिन्नतेत या अभिन्न आज गाऊ आरती
लक्ष हस्त, लक्ष पाद, हृदय एक भारती
भिन्न वेष, भिन्न भाष, भिन्न धर्मरीती
भिन्न जात, भिन्न पंथ, तरीही एक संस्कृती ।।१।।
भिन्न रंग, भिन्न ढंग, भिन्न भाव-आकृती
भिन्न छंद, भिन्न बंध, आगळी कलाकृती ।
भिन्न वाणी, भिन्न गाणी, अर्थ एक वाहती
भिन्न शौर्य, भिन्न धैर्य, घोष एक गर्जती ।।२।।
भिन्न भवन, भिन्न हवन, भिन्न क्षेत्र मानिती
लहर लहर भिन्न तरी, एक गगन-माती ।
भिन्न तार, ताल तरी, एक मधुर झंकृती
कमलपुष्प हासते पाकळ्यांतुनी किती ।।३।।

-राजा मंगळवेढेकर

अनुक्रमणिका

१. श्रीमहाराष्ट्रदेश

मंगल देशा, पवित्र देशा, महाराष्ट्र देशा ।
प्रणाम घ्यावा माझा हा, श्रीमहाराष्ट्रदेशा ।।
राकट देशा, कणखर देशा, दगडांच्या देशा ।
नाजुक देशा, कोमल देशा, फुलांच्याही देशा ।।
अंजनकांचनकरवंदीच्या काटेरी देशा ।
बकुल फुलांच्या प्राजक्तीच्या दळदारी देशा ।।
भावभक्तिच्या देशा आणिक बुद्धीच्या देशा ।
शाहीरांच्या देशा, कर्त्या मर्दांच्या देशा ।।
ध्येय जे तुझ्या अंतरी
निशाणावरी
नाचते करीं ।।
जोडी इहपरलोकांसी
व्यवहारा परमार्थासी
वैभवासि वैराग्यासी ।।
जरिपटक्यासह भगव्या झेंड्याच्या एकचि देशा ।।
प्रणाम घ्यावा माझा हा, श्रीमहाराष्ट्र देशा ।।

कविश्रेष्ठ गोविंदाग्रजांनी 'श्रीमहाराष्ट्रगीत' नामक आपल्या काव्यात महाराष्ट्रभूमीचे स्तोत्र गाइले असून महाराष्ट्रभूमीचे सर्व वैशिष्ट्यांसह वर्णन केले आहे.

महाराष्ट्राची भूमी प्राचीनकाळी 'दक्षिणपथा' मधील 'दंडकारण्य' नावाने ओळखली जात होती. 'महारठ्ठ' हे 'महाराष्ट्र' या शब्दाचे प्राकृत रूप. सहाव्या शतकात 'महावंस' नामक पाली भाषेतला बौद्धधर्म ग्रंथ लिहिला गेला. त्या ग्रंथात

असा 'महारठ्ठ' प्रदेशाचा उल्लेख आढळतो. ब्रह्मपुराण, मार्कण्डेय पुराण आदी पुराणांतही या प्रदेशाचे महाराष्ट्र हे देशनाम आलेले आहे. मत्स्य नामक पुराणात मात्र या प्रदेशाला महाराष्ट्र न म्हणता 'नवराष्ट्र' असे म्हटलेले आहे. गरुड पुराणात 'नरराष्ट्र' व विष्णुधर्मोत्तर पुराणात 'नयराष्ट्र' असा या भूमीचा उल्लेख केलेला आहे. परंतु हे पाठभेदाचे प्रकार असून 'महाराष्ट्र' हीच या भूमीची संज्ञा आहे.

महारठ्ठं इसि गन्त्वा सो महाधम्मरक्खितो ।
जातकं कथयित्वान पसादेसि महाजन त्ति ।।

महाराष्ट्राच्या सीमा कालमानाप्रमाणे बदलत आलेल्या आहेत. तथापि महाराष्ट्राची लोकभाषा 'महाराष्ट्री' - जिला पुढे 'मराठी' म्हटले जाऊ लागले. जेथवर बोलली जाते तो महाराष्ट्र प्रदेश असे स्थूलमानाने मानले जाते.

निरनिराळ्या काळात निरनिराळ्या राजवटी आल्या आणि गेल्या. त्या त्या काळात मराठी भाषिकांचा प्रदेशही सलग न राहता विभागला गेला होता. इंग्रजी अंमलात किंवा भारत स्वतंत्र झाल्यानंतरही संयुक्त महाराष्ट्राची निर्मिती होईपर्यंतच्या काळात 'मुंबई इलाखा' म्हणून ओळखल्या जाणाऱ्या प्रदेशात मराठीबरोबरच काही

कन्नड, गुजराती आणि सिंधी भाषिकांचाही समावेश झालेला होता.

कर्नाटक, गुजरातमधील काही प्रदेश, तसेच सिंधकराची हा भाग तत्कालीन मुंबई इलाख्यात मोडत होता. त्याचप्रमाणे मराठवाडा हा मराठी भाषिकांचा प्रदेश हैद्राबाद संस्थानात निजामच्या राज्यात. तर विदर्भातला मराठी मुलूख तत्कालीन मध्यप्रदेशात दाखल केलेला होता. परंतु भाषावार प्रांतरचनेनंतर व विशेषत: संयुक्त महाराष्ट्राच्या महान जन आंदोलनानंतर हा तीन ठिकाणी विखुरलेला मराठी भाषिकांचा प्रदेश मुंबईसह एकत्र आला आणि १ मे १९६० रोजी 'महाराष्ट्र राज्य' भारतीय संघराज्यांतर्गत साकार झाले. मराठी जनतेचे स्वप्न समूर्त झाले.

आजच्या महाराष्ट्र राज्याच्या उत्तरेला मध्यप्रदेश तर दक्षिणेला आंध्र व गोवा यांचा शेजार आहे. पूर्वेला पुन्हा मध्यप्रदेश व आंध्र तर पश्चिमेला अरबी समुद्राचे सान्निध्य लाभलेले आहे. वायव्य दिशेला दादरा नगरहवेली व गुजरात यांची सोबत आहे, तर आग्नेय बाजूला कर्नाटक निकटवर्ती आहे. अशा प्रकारे पाच सहा प्रदेशांच्या व समुद्राच्या सहवासात महाराष्ट्राची वीर आणि संत भूमी वसलेली आहे.

महाराष्ट्र राज्याचे क्षेत्रफळ ३,०७,७६२ चौरस किलोमीटर आहे. या एवढ्या विस्तीर्ण भूमीवर ११,२३,७२,९७२ लोकवस्ती नांदत आहे.

विदर्भ, मराठवाडा आणि पश्चिम महाराष्ट्र अशा प्रमुख तीन विभागात महाराष्ट्र राज्य विभागलेले आहे. मुंबई शहराचा समावेश पश्चिम महाराष्ट्रातच होतो. तसेच ठाणे, कुलाबा व रत्नागिरी ह्या समुद्रालगतच्या तीन जिल्ह्यांच्या कोकणपट्टीचा अंतर्भावही पश्चिम महाराष्ट्रातच होतो. कोकणपट्टी व्यतिरिक्तचा भूभाग देश म्हणून ओळखला जातो. देश आणि कोकण हा तेरा जिल्ह्यांचा प्रदेशच महाराष्ट्र या नावाने संयुक्त महाराष्ट्र अस्तित्वात येण्यापूर्वी मुंबई इलाख्यात अस्तित्वात होता. विदर्भ आणि मराठवाडा हा मराठी भाषा प्रदेश जोडल्यानंतर कोल्हापूर, सांगली, मिरज, अक्कलकोट, सावंतवाडी, जव्हार, जत इत्यादी ब्रिटिश काळातल्या देशी संस्थानांचे भारतीय संघराज्यात विलीनीकरण झाल्यानंतर आजच्या पुनर्रचित महाराष्ट्र राज्यात मुंबई शहर आणि मुंबई उपनगर या सकट ३५ जिल्हे आहेत.

लोकसंख्या	मुस्लीम %	हिंदू%	शीख%	बौद्ध व अन्य%
९,६८,७८,६२७	१,०२,७०,४८५	७,७८,५९,३८५	५८,३८,७१०	२९,१०,०४७
२००१ च्या जनगणनेनूसार	१०.६०	८०.३७	६.०३	३.००

जिल्हा	लोकसंख्या	जिल्हा	लोकसंख्या
अहमदनगर	४५,४३,०८३	नागपूर	४६,५३,१७१
अकोला	१८,१८,६१७	नांदेड	३३,५६,५६६
अमरावती	२८,८७,८२६	नंदुरबार	१६,४६,१७७
औरंगाबाद	३६,९५,९२८	नाशिक	६१,०९,०५२
भंडारा	११,९८,८१०	उस्मानाबाद	१६,६०,३११
बीड	२५,८५,९६२	परभणी	१८,३५,९८२
बुलडाणा	२५,८८,०३९	पुणे	९४,२६,९५९
चंद्रपूर	२१,९४,२६२	रायगड	२६,३५,३९४
रत्नागिरी	१६,१२,६७२	सांगली	२८,२०,५७५
धुळे	२०,४८,७८१	सातारा	३०,०३,९२२
गडचिरोली	१०,७१,७९५	सिंधुदुर्ग	८,४८,८६८
गोंदिया	१३,२२,३३१	सोलापूर	४३,१५,५२७
हिंगोली	११,७८,९७३	ठाणे	१,१०,५४,१३१
जळगाव	४२,२४,४४२	वर्धा	१२,९६,१५७
जालना	१९,५८,४८३	वाशिम	११,९६,७१४
कोल्हापूर	३८,७४,०१५	यवतमाळ	२७,७५,४५७
लातूर	२४,५५,५४३	मुंबई	३१,४५,९६६
मुंबई उपनगरी	९३,३२,४८१		
एकूण लोकसंख्या	**स्त्री:पुरुष गुणोत्तर**	**साक्षरता**	**शहरी:ग्रामीण गुणोत्तर**
११,२३,७२,९७२	**९२९/१०००**	**८२.३४%**	**४५/५५**
एकूण क्षेत्रफळ	**जंगले**	**सिंचनाखालचे**	**४४ शहरे**
३,०७,७१३ कि. मी²	**६१,९३९ किमी²**	**४४३७ हजार हेक्टर**	**४१,०९५ खेडी**

एक लाखावर लोकवस्ती असलेली एकूण ४४ शहरे महाराष्ट्राचे असून त्यातील सर्वात मोठे शहर म्हणजे राजधानी मुंबई (लोकसंख्या १,२४,७८,४४७) आहे, तर पुण्याची लोकसंख्या ३१,१५,४३१ इतकी आहे. नागपूर (२४,०५,४२१), ठाणे (१८,१८,८७२), पिंपरी चिंचवड (१७,२९,३५९), नाशिक (१४,८६, ९७३), कल्याण डोंबिवली (१२,४६,३८१), विरार-वसई (१२,२१,२३३), औरंगाबाद (११,७१,१३०), नवी मुंबई

(११,१९, ४७७) ही दहा लाखावर वस्तीची शहरे आहेत. या राज्याच्या विधानसभेत २८८ तर विधानपरिषदेत ७८ आमदार असतात. या राज्यातून लोसभेच्या ४८ तर राज्यसभेच्या १९ जागा आहेत.

या प्रदेशाची राज्यभाषा मराठीच आहे. तथापि कोकणपट्टीत 'कोकणी', जळगाव, धुळे या पूर्वीच्या पूर्व आणि पश्चिम खानदेश जिल्ह्यात 'अहिराणी' व विदर्भात 'वऱ्हाडी' या बोलीभाषाही ग्रामीण लोकव्यवहारात प्रचलित आहेत. मायमराठी भाषेला पारतंत्र्यामध्ये प्रतिष्ठा नव्हती.

'मराठी असे आमुची मायबोली
जरी आज ती राजभाषा नसे...'

छत्रपती शिवाजी

याचे दु:ख माधवराव पटवर्धन यांच्यासारख्या कवीला क्लेशकारक वाटले होते. पण

'माझा मऱ्हाटाचि बोलु कौतुके ।
परी अमृतातेही पैजा जिंके ।।'

अशी अमृताशीही स्पर्धा करणारी ज्ञानदेवांची मराठी वाणी पुनश्च कधी तरी प्रतिष्ठित होईल अशी आशाही त्यांनी व्यक्त केली होती.

त्याप्रमाणे मायमराठीला आज राज्यभाषेचा दर्जा आणि प्रतिष्ठा प्राप्त झालेली आहे.

महाराष्ट्राची भूमी तशी ज्वालामुखीच्या उद्रेकातून उत्पन्न झालेली आहे. या उद्रेकांमुळे भूगर्भातील तप्त लाव्हा रस उफाळून वर येतो आणि भूपृष्ठावर पसरून थंड होतो. त्याचा एक स्तर निर्माण होतो. अनेक उद्रेकांमधून अनेक स्तर एकावर एक पसरतात. या खडकांनाच 'कृष्णप्रस्तर' असे म्हणतात. या कृष्णप्रस्तरावरच 'दख्खनचे पठार' निर्माण

झालेले आहे. 'सह्याद्री' पर्वत हा महाराष्ट्राचा मानदंड मानला जातो. या पर्वताची निर्मिती देखील अशा उद्रेकांतूनच झालेली आहे. यालाच 'पश्चिम घाट' असे नाव आहे. सह्याद्रीच्या अनेक शाखा कोकणपट्टीत पसरलेल्या आहेत. तळकोकणातून देशावर डोंगरघाट चढूनच यावे लागते. त्यामुळे देश-प्रदेशाला घाटमाथा असेही म्हटले जाते. कोकणपट्टीतली जमीन डोंगराळ असल्यामुळे तेथील शेतीही जमीन तयार करून टप्प्याटप्प्याने केलेली असते. या भागात पाऊस भरपूर पडतो पण जमीन खडकाळ व पावसाचे पाणी अडविण्याची सोय नाही त्यामुळे शेती म्हणावी तशी किफायतशीर नाही. या भागात मुख्य पीक होते तांदुळाचे. त्याचबरोबर नाचणी, वरी, कुळीथ, वाल इत्यादी पिकेही घेतली जातात. आंबा, नारळ, फणस, काजू, अननस इत्यादी फळांच्या उत्पादनाला ही भूमी फार अनुकूल आहे. रत्नागिरीचा 'हापूस' नामक आंबा स्वाद आणि रुची ह्या दृष्टीने विख्यात आहे. समुद्राच्या निकटच्या भागात नारळीचे व पोफळीचे उत्पन्न पुष्कळच होते. परंतु कष्टाच्या मानाने शेतीतले उत्पन्न फारच अल्प असल्यामुळे व शेतीही पुरेशी नसल्यामुळे कोकणातली कित्येक माणसे मुंबई शहरात कामधंद्याच्या निमित्ताने स्थायिक झालेली आहेत.

कोकणच्या मानाने देशावरची जमीन बरीच सपाट, काळी व सुपीक आहे. खानदेश, वऱ्हाड व मराठवाडा या भागातली जमीन सकस आहे. देशावर पावसाचे प्रमाण कमी. ज्वारी, बाजरी, गहू, मका, तूर, हरभरा, करडई, भुईमूग, इत्यादी पिके प्रामुख्याने होतात. कपाशीचे उत्पन्न वऱ्हाड खानदेशकडे विशेष होते. अलीकडे ऊस, द्राक्षे ही पैसे देणारी पिके बरीच घेतली जातात. महाराष्ट्रात खाजगी व सहकारी क्षेत्रात बरेच साखर कारखाने असल्यामुळे उसाच्या लागवडीखाली बरेच क्षेत्र वाढलेले आहे. ग्रामीण भागातल्या ह्या कारखानदारीमुळे आसपासच्या ग्रामीण भागात ही आर्थिक सुबत्ता आलेली आहे.

तापी, कृष्णा, गोदावरी, प्रवरा, भीमा, कोयना ह्या येथील प्रमुख मोठ्या नद्या आहेत. याशिवाय वेण्णा, वारणा, पंचगंगा, कुकडी, इंद्रायणी, पवना, मुळा, मुठा, कऱ्हा, माण, सीना, पूर्णा, दारणा, कादवा, गिरणा, पांजरा इत्यादी किती तरी लहान मोठ्या नद्या मराठी मातीला जलप्रदान करीत आहेत.

शेतीसाठी भाटघर, भंडारदरा, कोयना, खडकवासले, पानशेत इत्यादी मोठी धरणे बांधलेली असून कोयनेच्या प्रकल्पापासून वीज-निर्मितीही होते. महाराष्ट्राच्या अनेक शहरांमधून आणि खेड्यांतून कोयनेची वीज पोहोचलेली आहे. शेतीसाठी व कारखान्यांसाठी या विजेचा वापर होतो.

महाराष्ट्रात पावसाचे प्रमाण सर्वत्र एकसारखे नाही. कोकणपट्टीत १०० ते

१५० इंच तर सह्याद्रीत घाटमाथ्यावर २०० ते २५० इंच पाऊस कोसळतो. त्या पलीकडे ५० ते १५ इंच या प्रमाणात पाऊस पडतो. नगर, सोलापूर, पुणे जिल्ह्याचा काही भाग, इकडे पावसाचे प्रमाण कमीच आहे. इकडील काही भाग तर दुष्काळी प्रदेश म्हणूनच ओळखला जातो. अलीकडे धरणांमुळे पाटपाण्याची व्यवस्था काही भागांत झाली आहे. शेती हाच महाराष्ट्रातला प्रमुख व्यवसाय असून सुमारे ७० टक्के लोक शेतीवरच कष्ट करत असतात. खरीप व रब्बी असे दोन पिकांचे हंगाम असतात. मृगानंतर पावसाळ्यात खरीप हंगाम सुरू असतो तर दिवाळीनंतर हिवाळ्यात रब्बीचा हंगाम होतो.

महाराष्ट्राचा भूभाग उष्णकटिबंधात येतो. समुद्रसान्निध्यामुळे कोकणात हवा दमट व समशीतोष्ण असते, तर डोंगरमाथ्यावर हवामान थंड असते. महाबळेश्वर, पाचगणी, माथेरान ही महाराष्ट्रातली थंड हवेची ठिकाणे म्हणून प्रसिद्ध आहेत. पुणे, नाशिक या भागांत उन्हाळा व हिवाळा फार कडक नसतो. पण सोलापूर, विदर्भ या भागांत हवामान विषम आहे.

शेतीव्यतिरिक्त अनेक प्रकारच्या उद्योगधंद्यांची व कारखानदारीची वाढ पुणे-मुंबई-नाशिक ह्या शहरांच्या परिसरात झालेली आहे. साखर कारखाने ग्रामीण भागांत पसरलेले आहेत.

खनिज संपत्तीच्या दृष्टीने महाराष्ट्र विशेष समृद्ध नाही. मँगनीज, चुनखडी, कोळसा, लोह, बॉक्साइट इत्यादी खनिजे निरनिराळ्या भागांत मिळतात.

पश्चिम घाटाच्या उतरणीवर, सह्याद्री, सातपुडा, बालाघाट इत्यादी डोंगराच्या कुशीत जंगले आहेत. चंद्रपूर जिल्ह्यात भमरागडचे जंगल प्रसिद्ध आहे. ह्या जंगलात बांबूचे उत्पन्न विशेष होते. अन्यत्र विविध तऱ्हेची वृक्षसंपत्ती आहे. पशू आणि पक्षी यांचीही विपुलता आहे.

महाराष्ट्रात साक्षरतेचे प्रमाण ८२.३४ टक्के असून शिक्षण प्रसार वाढत्या प्रमाणावर आहे.

महाराष्ट्राच्या भूमीने भारत देशाला सदैव ललामभूत ठरतील अशी नररत्ने दिलेली आहेत. छत्रपती शिवरायासारखा श्रीमान योगी इथे होऊन गेला. ज्ञानेश्वर, तुकाराम, रामदास, नामदेव, चोखामेळा, सावता माळी, गोरा कुंभार, सेना न्हावी, रोहिदास चांभार, एकनाथ, मुक्ताबाई, जनाबाई अशी संतपरंपरा याच महाराष्ट्रात झाली. विनोबा, साने गुरुजी यांनी अर्वाचीन काळात ही परंपरा पुढे नेली. महात्मा फुले, लोकहितवादी, चिपळूणकर, न्या. रानडे, सार्वजनिक काका, गोपाळ कृष्ण गोखले, लोकमान्य टिळक, रँग्लर परांजपे, न. चिं. केळकर, शंकरराव देव,

रावसाहेब पटवर्धन, काकासाहेब गाडगीळ, अच्युतराव पटवर्धन, ना. ग. गोरे, एस. एम. जोशी, यशवंतराव चव्हाण आदी लोकनेते याच भूमीने दिले. आगरकर, महर्षी कर्वे, भाऊराव पाटील आदी समाजसेवक याच ठिकाणी झाले. वासुदेव बळवंत फडके, चाफेकर बंधू, वीर सावरकर, सेनापती बापट यांच्यासारखे देशभक्त क्रांतिकारक जसे इथे निपजले तसेच पलुस्कर, बखले, भातखंडे, यांच्यासारखे संगीतकार, भाऊराव कोल्हटकर, बालगंधर्व, मा. दीनानाथ इत्यादी अभिनेतेही इथे झाले. हरी नारायण आपटे, वामन मल्हार जोशी, गडकरी, खाडिलकर, नाथमाधव, ना. सी. फडके, वि. स. खांडेकर, आचार्य अत्रे, ग. त्र्यं. माडखोलकर, यांच्यासारखे कादंबरीकार व नाटककार तसेच केशवसुत, बालकवी, गोविंदाग्रज, माधव ज्युलियन, यशवंत, भा. रा. तांबे, कुसुमाग्रज, बोरकर, मर्ढेकर, इत्यादी कवी, लेखक या भूमीने दिले.

नाशिक, पंढरपूर, देहू, आळंदी, जेजुरी इत्यादी तीर्थक्षेत्रे जशी या भूमीत आहेत तशीच, सिंहगड, प्रतापगड, विशाळगड, रायगड इत्यादी धारातीर्थेही आहेत. अजिंठा, वेरूळ, कार्ले, भाजे, घारापुरी ही विख्यात लेणीही याच भूमीत आहेत.

संत आणि वीर, वारकरी आणि धारकरी अशी महान परंपरा इथे रुजली आणि वाढली आहे. शौर्याबरोबर इथे साधुत्व आहे. कर्तृत्वाबरोबरच बुद्धिवैभवही आहे.

'पुंडलीक वर दे हारि विठ्ठल!' या भागवतधर्मी वारकऱ्यांच्या गर्जनेबरोबरच 'हर हर महादेव!' हा रणघोष आणि 'जय जय रघुवीर समर्थ!' ही अखंड सावधानतेची हाक भूमीतील लोकमानसात खोलवर ठसलेली आहे. शक्ती आणि भक्तीची ही संगमभूमीच आहे.

★★★

२. साक्षी इतिहास

महाराष्ट्राची भूमी फार प्राचीन मानली जाते. अलीकडे गोदावरी, प्रवरा, तापी, भीमा, कृष्णा, मुळा-मुठा, घोडनदी इत्यादी महाराष्ट्रातील नद्यांच्या काठावर उत्खनने झाली आहेत. त्यांमधून निरनिराळ्या तऱ्हेची जंगली हत्यारे, मातीची भांडी, रानटी पशूंची हाडे इत्यादी अतिप्राचीन काळातील वस्तू सापडल्या आहेत. त्यांच्या अध्ययनाने या भागातील मानवाच्या प्राचीन वास्तव्यावर पुष्कळच प्रकाश पडतो. भूरचना, हत्यारांचे प्रकार, प्राण्यांचे अवशेष यांच्या पाहणीवरून पुराणवस्तुशास्त्रज्ञांनी असे अनुमान केले आहे, की १ ते १॥ लाख वर्षांपूर्वी आदिअश्मयुगीन मानव महाराष्ट्राच्या भूमीवर वावरत असला पाहिजे. त्याने बेसाल्ट दगडाची उत्कृष्ट अशी हत्यारे बनवली होती. त्यावरून तो बुद्धिमान असला पाहिजे हे लक्षात येते. द्वितीय अश्मयुगातील मानवाची अवजारे देखील महाराष्ट्रात अनेक ठिकणी सापडली आहेत. वीस हजार वर्षांपूर्वीच्या या मानवाने विविध प्रकारची धारदार आणि टोकदार हत्यारे तयार केलेली होती. भटके, शिकारी जीवन तो जगत होता. ताम्र-पाषाण युगांतील माणसे शेती करू लागली आणि घरे उभारू लागली. त्या युगांतल्या माणसांच्या वसाहती नाशिक, जोरवे, नेवासे, चांडोली, सोनगाव, इनामगाव, दायमाबाद, प्रकाशे, सालवडा, भाडणे, बहुरूपे, वहाळ इत्यादी ठिकाणी आढळल्या आहेत. या वसाहतींचा काळ सनपूर्व १५०० च्या आसपासचा असावा. या काळात माणसाला धातूचा शोध लागला आणि तो तांब्याची हत्यारे बनवू लागला. सनपूर्व लोहयुगात भाजलेल्या विटांची घरे आणि तटबंदीची शहरे बांधली जाऊ लागली. लोखंडाची हत्यारेही वापरात आली.

प्राचीन काळात महाराष्ट्राच्या भूमीला 'दंडकारण्य' अशी संज्ञा होती असे काही विद्वान मानतात. आर्य व द्रविड या दोन्ही वंशाच्या लोकांची गाठ प्रथम दंडकारण्यातच पडली आणि त्यांच्यामध्ये मोठा संघर्ष झाला. अखेरीस सांस्कृतिक

समन्वय होऊन महाराष्ट्रीय समाज निर्माण झाला, असेही काही विद्वानांचे मत आहे. ऐतिहासिक दृष्ट्या महाराष्ट्रात आर्यांची वसाहत पाणिनीच्या नंतरच्या काळात झाली असावी.

महाराष्ट्र

बोधीसत्त्व - अजिंठा

या प्रदेशाला महाराष्ट्र हे नाव कसे मिळाले याविषयी विद्वानांत निरनिराळी मते प्रचलित आहेत. इतिहासाचार्य चिं. वि. वैद्य यांच्या मतानुसार सनपूर्व ६०० च्या सुमारास आर्यलोक दक्षिणेत आले. गोपराष्ट्र, मल्लराष्ट्र, पांडूराष्ट्र इत्यादी वसाहती करून ते स्थायिक झाले. अशोकाच्या शिलालेखात 'रास्टिक' लोकांचा उल्लेख आढळतो ते हेच लोक होत. आंध्रभृत्य म्हणजे सातवाहन यांच्या साम्राज्यात ते एका सत्तेखाली आले आणि त्याचे मोठे राष्ट्र निर्माण झाले. भांडारकर यांचे मत असे की, दक्षिणेतील 'रठ्ठ' लोकांना अशोकाच्या शिलालेखात 'रास्टिक' म्हटलेले असून त्याचे संस्कृतरूप 'राष्ट्रिक' असे झाले. भोज हे लोक ज्याप्रमाणे आपणांस महाभोज म्हणवू लागले त्याप्रमाणे 'रठ्ठा' चे 'महरठ्ठ' व 'राष्ट्रिक' चे महाराष्ट्रिक झाले. सातवाहनांच्या काळातले शिलालेख नाणेघाट, भाजे, कार्ले, बेडसे या ठिकाणी उपलब्ध झाले आहेत. त्यांत 'महारठि' व 'महाराठिनी' हे शब्द आढळतात. हे शब्द 'महारठ्ठ' देशातील लोकांचे वाचक आहेत. सनपूर्व तिसऱ्या शतकात बौद्ध भिक्षु मोग्गलीपुत्त तिस्स याने आपले शिष्य महिसमंडल, वबवास, अपरांतक, महारठ्ठ, योन, सुवन्न भूमी इत्यादी प्रदेशांत पाठवले होते, असे

महावंस या ग्रंथावरून कळते. यावरून त्याकाळी या प्रदेशाला 'महारठ्ठ' हे नाव होते हे सिद्ध होते. 'महाराष्ट्र' हे त्याचेच संस्कृत रूपांतर आहे. वररुची, वात्स्यायन, भरतमुनी यांच्या ग्रंथात 'महाराष्ट्र' हे नाव आढळते. त्यापूर्वीच्या संस्कृतग्रंथात महाराष्ट्राचा उल्लेख आलेला नाही. म्हणजे दोन हजार वर्षे महाराष्ट्र हे नाव प्रचलित आहे, असे दिसते. मार्कंडेय, वायु व ब्रह्म या पुराणांत महाराष्ट्र हे देशनाम सापडते. सागर जिल्ह्यातील एरण या गावी इ. स. ३६५ मध्ये स्तंभावर कोरलेला एक शिलालेख आहे. श्रीधरवर्म्याचा सेनापती सत्यनाग याने तो स्तंभ उभारलेला असून त्या शिलालेखात त्याने स्वत:ला 'महाराष्ट्रप्रमुख' असे म्हणवून घेतले आहे. महाराष्ट्र देशाचा उल्लेख असलेला हा आद्य कोरीव लेख होय. त्यानंतर वराहमिहिर, दंडी व राजशेखर यांच्या संस्कृत ग्रंथांत महाराष्ट्राचा उल्लेख अनेक वेळा आलेला आहे.

आज जो प्रदेश महाराष्ट्र म्हणून ओळखला जातो त्या सर्व भूप्रदेशाला एक अभिधान प्राप्त होण्यापूर्वीपासूनच त्याच्या भिन्न भिन्न घटक विभागांत महाराष्ट्र संस्कृतीची जोपासना होत होती. विदर्भ, अश्मक, कुंतल, अपरांत, गोपराष्ट्र, मल्लराष्ट्र, पांडूराष्ट्र ही त्या विभागांची नावे प्राचीन संस्कृतीची जोपासना होत होती. विदर्भ, अश्कम, कुंतल, अपरांत, गोपराष्ट्र, मल्लराष्ट्र, पांडूराष्ट्र ही त्या विभागांची नावे प्राचीन संस्कृत वाङ्मयात आढळतात. आर्य लोक दक्षिणेत आले ते प्रथम विदर्भ व अपरांत या प्रांतांत आले. विंध्य पर्वताच्या पश्चिमेकडून भृगु ऋषी अपरांतात आणि अगस्त ऋषी पूर्वेकडून विदर्भात उतरले. रामायण व महाभारत या ग्रंथांत विदर्भाचा उल्लेख अनेक वेळा आलेला आहे. त्यानंतर प्रथम या गोदातीरावरील प्रदेशात वसाहत झाली. 'प्रतिष्ठान' म्हणजे आजचे पैठण ही त्याची राजधानी होती. म. म. काणे यांच्या मते खानदेश, नाशिक व नगर या जिल्ह्यांचा अंतर्भाव अश्मकात होत असे. चिं. वि. वैद्यांच्या मते कुंडल हा कृष्णेच्या उगमाजवळचा देश होय. अपरांत म्हणजे कोकण हा प्रदेश प्राचीन काळापासून विदर्भाइतकाच प्रसिद्ध आहे. महाराष्ट्रातील कोकण भागास परशुरामभूमी असेही म्हटले जाते. भगवान परशुरामाने समुद्र हटवून ही भूमी मिळवली आणि तेथे मानववस्ती केली अशी आख्यायिका आहे. महाभारत, धर्मसूत्रे व अशोकाचे शिलालेख यांत अपरांताचे उल्लेख आढळतात. शूर्पारिक ही त्याची राजधानी होय. गोपराष्ट्र म्हणजे नाशिकच्या भोवतालचा प्रदेश होय. महाराष्ट्र हे त्याच्या दक्षिणेला होते. या सर्व प्रदेशात प्राकृत भाषा प्रचलित झाली आणि त्या सर्वांचा मिळून एक प्रदेश निर्माण झाला. त्यालाच कालांतराने महाराष्ट्र हे नाव प्राप्त झाले.

अजिंठ्यातील भित्तिचित्र

सातवाहन

इ. स. पूर्वी २५० ते ३०० च्या सुमारास महाराष्ट्र संस्कृतीची निर्मिती झाली. याच सुमाराला या भूमीवर एक प्रबळ अशी सातवाहन राजवंशाची सत्ता स्थापन झाली. सातवाहनांची राजधानी प्रतिष्ठान येथे होती. याच वंशाला आंध्रभृत्य म्हणून ओळखले जात असे. सातवाहनांचे शिलालेख आणि नाणी उत्खननात सापडली आहेत. या शिलालेखांची भाषा महाराष्ट्री आहे. हाल सातवाहनाचा 'गाथासप्तशती' नावाचा ग्रंथ विख्यात असून तो महाराष्ट्री भाषेतच लिहिलेला आहे. सनपूर्व २३५ ते इसवी सन २२५ पर्यंत म्हणजे सुमारे ४५० वर्षे सातवाहनांची सत्ता महाराष्ट्र भूमीवर नांदली. सुरुवातीचा काळ अत्यंत भरभराटीचा गेला. मध्यंतरी शकांनी या राज्याचा काही भाग जिंकून घेतला आणि सुमारे ५० वर्षे राज्य केले. परंतु गौतमीपुत्र सातकर्णी या प्रतापी राजाने शकांचा पराभव करून आपले साम्राज्य आणि वैभव वाढवले. यवन, शक व कुशाण यांच्या आक्रमणांचा यशस्वी प्रतिकार करून सातवाहन राजांनी भारतीय संस्कृतीचे रक्षण केले. या विजयानिमित्त शककाल गणनेला शालिवाहन हे नाव मिळाले. शालिवाहन हे सातवाहनांचे दुसरे नामाभिधान होते. सातवाहनांचे साम्राज्य दूरवर पसरलेले होते. आंध्र, कलिंग, माळवा, गुजरात, सौराष्ट्र आणि राजस्थान हे प्रदेश त्यांच्या साम्राज्यात अंतर्भूत होते. हे राजे वैदिक

धर्माचे अभिमानी होते. त्यांनी विद्या, कला, कृषी आणि व्यापार यांचे संवर्धन करून महाराष्ट्राचे सांस्कृतिक जीवन घडवले.

वाकाटक

सातवाहनांनंतर महाराष्ट्रावर नंदीवर्धन व वत्सगुल्म येथील वाकाटक, बादामीचे चालुक्य, मान्यखेटचे राष्ट्रकूट, कल्याणीचे चालुक्य आणि देवगिरीचे यादव अशा पाच राजघराण्यांनी राज्य केले. इसवी सन १३१८ साली यादवांची सत्ता नष्ट झाली. सातवाहनांच्या सत्तेच्या आरंभापासून यादवांच्या अंतापर्यंत सुमारे १५०० वर्षांच्या कालखंडात या प्रदेशात स्वराज्य आणि साम्राज्य नांदत होते.

विंध्यशक्ती नावाचा सातवाहनांचा एक सेनापती होता. सातवाहनांचे साम्राज्य मावळल्यानंतर याने २५० च्या सुमारास स्वतंत्र राज्याची स्थापना केली. याची राजधानी विदर्भातील चंद्रपूरजवळ भंडक या ठिकाणी होती. या राजघराण्याने ५५० पर्यंत म्हणजे सुमारे ३०० वर्षे या प्रदेशावर राज्य केले. या राजवंशाला वाकाटक राजवंश असे म्हणतात. या वंशातील शेवटचा राजा हरिषेण होऊन गेला. याचे राज्य उत्तरेस माळव्यापासून दक्षिणेस कुंतलपर्यंत पसरलेले होते. वाकाटकांच्या काळी कला आणि संस्कृती यांची खूप भरभरा झाली.

चालुक्य

वाकाटकानंतर चालुक्यांची राजसत्ता महाराष्ट्रावर सुरू झाली. हे चालुक्य बादामीचे होते. यांचा मूळ पुरुष जयसिंह नावाचा होता. चालुक्यांनी इ. सन ५५० ते ७५३ पर्यंत राज्य केले. चालुक्यांच्या साम्राज्याचा विस्तार बराच मोठा होता. वर नर्मदेपासून खाली रामेश्वरापर्यंत त्यांचे साम्राज्य पसरलेले होते. चोळ, पल्लव, पांड्य, केरळीय राजे, गंग, कदंब, कोकणातले मौर्य या सर्वांना चालुक्यांनी आपले मांडलिक बनवले होते. चालुक्य वंशातील सत्याश्रय पुलकेशी नावाच्या राजाने कनोजचा सम्राट हर्षवर्धन याचाही पराभव केला होता.

राष्ट्रकूट

चालुक्यांचे साम्राज्य विलयाला गेल्यानंतर राष्ट्रकूट राजघराण्याची सत्ता महाराष्ट्रावर नांदू लागली. राष्ट्रकूट वंशाचा संस्थापक दंतिदुर्ग चालुक्यांचा एक सेनापती होता. इसवी सन ७५४ च्या सुमाराला दंतिदुर्गाने शिरपूर, रायपूर आणि रामटेक येथील राजांचा पराभव करून तिथे आपले स्वतंत्र राज्य स्थापन केले. तेथून पुढे त्याने खानदेश, नाशिक, पुणे, सातारा या भागांत आपल्या राज्याचा विस्तार केला. या वंशातील पुढच्या राजांनी पांड्या, चोळ, पल्लव, चेर, गंग, पूर्व चालुक्य इत्यादी राजांना जिंकून रामेश्वरापर्यंत आपले साम्राज्य पसरले. त्यांनी गुजरात, माळवा,

ओडिसा हे प्रदेशही जिंकून घेतले. कनोज जिंकून त्यांनी हिमालयापर्यंत धडक मारली होती. या पराक्रमामुळे मौर्य आणि गुप्त या राजवंशांप्रमाणेच राष्ट्रकुटांना भारताच्या इतिहासात श्रेष्ठत्व प्राप्त झालेले आहे. सुमारे २००-२५० वर्षानंतर राष्ट्रकुटांची राजवट लयाला गेली आणि पुन्हा इसवी सन ९७३ च्या सुमारास चालुक्यांची सत्ता महाराष्ट्रावर आली. यावेळी कल्याणी ही त्यांची राजधानी होती. या राजवंशातील राजांनी दक्षिण आणि उत्तर भारतातही आपले राज्य निर्माण केले होते. ९८९ पर्यंत चालुक्याची सत्ता अस्तित्वात होती.

यादव

चालुक्यांच्या पश्चात देवगिरीचे यादव राज्यावर आले. यादव राजे मोठे शूर आणि पराक्रमी म्हणून प्रसिद्ध होते. दक्षिणेत कावेरीपर्यंत आणि उत्तरेकडे गुजरात, माळवा इथपर्यंत त्यांचे साम्राज्य पसरले होते. १४ व्या शतकाच्या प्रारंभापर्यंत यादवांची राजसत्ता अस्तित्वात होती. त्यानंतर मुसलमानी राजवट महाराष्ट्रावर सुरू झाली.

शिलाहार राजघराण्याचे राज्य महाराष्ट्राच्या काही भागांवर होते. याच्या तीन शाखा होत्या. त्यांपैकी एका शाखेचे राज्य दक्षिण कोकणावर होते तर दुसऱ्या शाखेचे उत्तर कोकणावर होते. घाटमाथ्यावर कऱ्हाड कोल्हापूरच्या भागात तिसऱ्या शाखेचे राज्य होते. परंतु ही तिन्ही राज्ये राष्ट्रकुटांची मांडलिक होती. यादवांच्या साम्राज्यात ती विलीन होऊन गेली.

सुलतानी अंमल

१२९६ साली अल्लाउद्दीन खिलजीने देवगिरीवर चाल केली आणि यादव राजा रामदेवराय याचा पराभव केला. त्यानंतर यादव हे खिलजींचे मांडलिक बनले. रामदेवरावाच्या पश्चात त्याचा मुलगा शंकरदेव हा देवगिरीच्या गादीवर आला. परंतु अल्लाउद्दिनाचा सेनापती मलिक कापूर याने त्याला ठार मारले आणि इ. स. १३१३ साली देवगिरीचे राज्य खालसा केले. महाराष्ट्रावर दिल्लीच्या सुलतानांची सत्ता सुरू झाली. परंतु सत्तेसाठी निरनिराळ्या भागात बंडे उदभवली होती. महाराष्ट्रातही जाफरखान अथवा हसन गंगू नावाच्या एका सरदाराने बंड करून १३४७ साली बहामनी राज्याची स्थापना केली. हा पूर्वी गंगू नामक ब्राह्मणाच्या पदरी गुलाम होता. या सुमारास राजस्थानातील फिसोदिया वंशातील सजनसिंह व क्षेत्रसिंह नावाचे दोन शूर तरुण दक्षिणेत आले होते. त्यांनी बहामनी राज्यस्थापनेच्या कामात जाफरखानाला मदत केली होती. या मदतीबद्दल जाफरखानाने त्यांना दौलताबादेजवळ दहा गावांची जहागिरी आणि सरदारकी दिली. जाफरखान दक्षिणेचा सुलतान झाला. गुलबर्गा येथे

त्याने आपली राजधानी स्थापन केली.

बहामनी सुलतानांपैकी पहिले चारपाच सुलतान शूर आणि कर्तबगार निघाले. त्यानंतर मात्र व्यसनी आणि जुलमी सुलतान झाले. इसवी सन १४५८ नंतर महमुद गवान नावाच्या सरदाराने उत्तम कारभार केला. पण १४८१ साली त्याचा खून झाला. त्यानंतर लौकरच बहामनी राज्याचे पाच तुकडे झाले. इसवी सन १४८४ मध्ये वऱ्हाडात इमादशाही सुरू झाली. १४८५ साली अहमदनगरची निजामशाही, १४८९ साली विजापूरची अदिलशाही, १४९२ साली बिदरची बरीदशाही आणि १५१२ मध्ये गोवळकोंड्याची कुतुबशाही स्थापन झाली. ही सर्व राज्ये शेवटी मोगल बादशहाने जिंकून आपल्या साम्राज्यात समाविष्ट केली. बहामनी राज्यामधील आपसातील वैर हे त्या सत्तेच्या नाशाला कारणीभूत झाले. राज्यात सतत बंडाळ्या आणि कटकटी चाललेल्या असत. हिंदू प्रजेची स्थिती फारच हलाखीची होती. पक्षपात, अन्याय, लुटालूट, बलात्कार आणि कत्तली हेच हिंदूंच्या नशिबी होते असे मुस्लीम इतिहासकारांनी लिहून ठेवले आहे. काफरांचा उच्छेद करणे हाच बहामनी सुलतानांचा उद्देश होता आणि त्यासाठी त्यांनी अशा तऱ्हेचे अत्याचार केले. परंतु हिंदूचा उच्छेद करण्यात त्यांना यश मिळाले नाही. हळूहळू मुसलमानांची सत्ता दुर्बल होत गेली आणि मराठ्यांची सत्ता महाराष्ट्रावर प्रस्थापित झाली.

बहामनी राज्यात आणि त्याच्यानंतर झालेल्या पाच शाही राज्यांत कित्येक मराठा सरदार वतनदार होते. पण बहामनी राज्याचे लचके तोडून आपले स्वतंत्र हिंदू राज्य स्थापावे अशी हिंमत कोणालाही झाली नाही. किंबहुना तशी कल्पनाही कोणाला शिवली नाही. उलट सुलतानाची चाकरी इमानेइतबारे करून आपले वतन सांभाळण्यातच सर्वांनी भूषण मानले. इमादशाही व निजामशाही स्थापन करणारे फत्तेउल्ला इमादशहा व अहंमद निजामशहा हे मूळचे ब्राह्मण होते. मुसलमान झाल्यानंतर ते स्वतंत्र राज्य स्थापू शकले. हिंदू समाजाचे कर्तृत्व त्यावेळी इतके लोप पावले होते, की थोर परंपरा सांगणारे सगळे पुरुष मंदिरे, मूर्ती, स्त्रिया, स्वधर्म व स्वसंस्कृती यांची विटंबना पाहत स्वस्थ बसले होते. काही मराठे सरदार निरनिराळ्या सुलतानांच्या हाताखाली खूप पराक्रम गाजवत होते. ते त्यांचे आधारस्तंभ होते. पण लहरी सुलतान अशा सरदारांचा बिलकूल मुलाहिजा ठेवत नसत. ते त्यांचा अपमान करीत, त्यांची वतने खालसा करीत किंवा मुसलमान सरदारांकडून त्यांचा नाशही करीत. शहाजीराजे भोसले हे सर्व मराठा सरदारांत पराक्रमी व कर्तबगार होते. त्यांनी आपली सगळी कर्तबगारी निजामशाही राखण्यासाठी खर्च केली. त्यांनी काही दिवस मोगलांची मनसबदारीही पत्करली होती. शेवटी निजामशाही नष्ट झाल्यानंतर हे अदिलशाहाच्या

पदरी सरदार म्हणून राहिले. त्यांच्यासारख्या महापराक्रमी पुरुषाला स्वतंत्र राज्य स्थापणे कठीण नव्हते. पण ते अदिलशहासाठी दक्षिणेतली सर्व हिंदू राज्ये बुडवण्यास कारणीभूत ठरले.

मराठेशाही

शहाजीराजांच्या पोटी शिवाजी महाराजांचा जन्म झाला. जिजाबाई मातोश्रींनी शिवाजीराजांना बालपणापासूनच स्वातंत्र्यप्रस्थापनेची प्रेरणा दिली. पारतंत्र्याची चीड निर्माण केली. दादोजी कोंडदेवांनी शिवाजीराजांना युद्धाचे शिक्षण दिले. स्वातंत्र्याची आकांक्षा मनात उत्पन्न झालेल्या शिवाजी राजांनी शूर-वीर मावळ्यांची फौज जमा करून परकीय सत्तेशी झुंज घेतली. वयाच्या अवघ्या सोळाव्या वर्षी त्यांनी तोरणा किल्ला जिंकून घेतला आणि स्वराज्याची स्थापना केली. या पाठोपाठ त्यांनी अनेक किल्ले जिंकून घेतले आणि परकीय सत्ता खिळखिळी करून टाकली. शिवाजी राजांच्या स्वराज्यचळवळीचा बीमोड करावा आणि त्यांचा बंदोबस्त करावा या हेतूने

किल्ले रायगड

अफझलखानासारखे अनेक मातबर मुसलमान सरदार मोठ्या फौजांनिशी महाराष्ट्रात आले होते. परंतु शिवाजी राजांनी कधी युक्तीने तर कधी शक्तीने त्यांना नामोहरम करून टाकले. अफझलखानाने प्रतापगडावर भेटीसाठी येण्याचे कळवून प्रत्यक्ष भेटीच्या वेळी शिवाजीराजांवर कपटी वार केला. परंतु आधीच सावध असलेल्या शिवाजीराजांनी अफजलखानाचा वध केला. शिवाजी राजांच्या स्वातंत्र्य प्रस्थापनेच्या प्रयत्नात महाराष्ट्रातील सर्व थरांतील लोकांनी मन:पूर्वक पाठिंबा दिला. त्याच काळात समर्थ रामदास स्वामींनीही महाराष्ट्राला स्वधर्माची जाणीव करून दिली.

स्वराज्य व स्वधर्म यांचा शिवाजीराजांनी संयोग घडवून आणला. समाजसंघटनेचे तत्त्व म्हणून त्यांनी धर्माची प्रेरणा दिली. त्यांचा हा विचार त्या काळी क्रांतिकारक होता. त्यासाठी त्यांना रूढ धर्मकल्पनांचा उच्छेद करावा लागला. त्यांनी नौदलाचे महत्त्व जाणून जलदुर्ग बांधले आणि आपले आरमार सज्ज केले. पतितांची शुद्धी रूढ धर्मशास्त्राला मान्य नव्हती. पण ती त्यांनी केली आणि नेताजी पालकर आणि बजाजी निंबाळकर यांना इस्लाम धर्मातून स्वधर्मात परत घेतले. स्वत:ला 'क्षत्रिय कुलावतंस' असे म्हणवून घेऊन त्यांनी स्वत:ला राज्याभिषेकही करवून घेतला. शिवाजीराजांनी स्वसामर्थ्याने एक नवे राष्ट्र निर्माण केले. जुन्या मराठा सरदारांना आपल्याकडे वळवून घेतले आणि त्यांना नवी दृष्टी दिली. आपण सर्व मराठे एक आहोत ही भावना त्यांच्या मनात उत्पन्न केली आणि त्यांना संघटित करून स्वातंत्र्याची घोषणा दिली. त्या कार्यात महाराजांना समर्थ रामदास स्वामींचे अत्यंत मोठे साहाय्य झाले. 'शक्तीने मिळती राज्ये', 'यत्न तो देव जाणावा', 'मराठा तितुका मेळवावा', असा प्रवृत्तिधर्माचा उपदेश समर्थांनी महाराष्ट्राला केला आणि तो समाजात प्रसृत करण्यासाठी अनेक मठांची स्थापना केली. संघटनेच्या या नव्या तत्त्वातूनच महाराष्ट्रात एक महान शक्ती निर्माण झाली. त्या शक्तीचे प्रत्यंतर औरंगजेबाशी झालेल्या स्वातंत्र्ययुद्धात दिसून आले. प्रचंड सेनेसह महाराष्ट्रावर धाड घालणारा तो बलाढ्य बादशहा शेवटी हतबल झाला. तो मराठ्यांना जिंकू शकला नाही.

पेशवाई

मराठा सरदारांनी ते स्वातंत्र्ययुद्ध जिंकले खरे; पण त्यानंतर पुन्हा अंतस्थ यादवी सुरू झाली. ताराबाई व शाहू यांचे दोन पक्ष आपसांत लढू लागले. बरेच सरदार तर मोगलांनाच जाऊन मिळाले. त्यांना स्वराज्य, स्वधर्म, किंवा स्वामी यांपैकी कशाचीही निष्ठा नव्हती. सुदैवाने लौकरच बाळाजी विश्वनाथासारखा कर्ता पुरुष शाहूमहाराजांना मिळाला आणि त्याने त्या विघटित मराठा समाजातून एक संघटित शक्ती निर्माण केली. ती शक्ती इतकी प्रभावी ठरली, की पुढे पेशव्यांना

मराठ्यांचे साम्राज्य सर्व हिंदुस्थानात प्रस्थापित करता आले. पहिला बाजीराव, नानासाहेब, थोरला माधवराव हे पेशवे आणि त्यांच्या प्रेरणेमुळे उदय पावलेले असंख्य मराठे सरदार यांनी शिवाजीमहाराजांचे हिंदुपदपातशाहीचे स्वप्न प्रत्यक्षात उतरवले. इ. स. १७७० नंतर भारतात मुसलमानांची सत्ता निष्प्रभच नव्हे, तर नामशेष झाली.

पण त्याच काळात भारतात इंग्रजांच्या रूपाने दुसरी एक शक्ती मूळ धरू लागली होती. हळूहळू इंग्रजांनी या भूमीत आपले पाय पक्के रोवले. खर्ड्याच्या लढाईत मराठ्यांनी निजामांवर प्रचंड विजय मिळवून साम्राज्यावर कळस चढवला होता. पण लवकरच महादजी, हरिपंत फडके, नाना फडणीस हे कर्ते पुरुष मरण पावले आणि मराठा मंडळ पुन्हा फुटले. त्यामुळे इंग्रजांना डोके वर काढायला उत्तम संधी मिळाली. त्यांच्या सामर्थ्यापुढे फुटीर मराठी सत्ता टिकली नाही आणि मराठेशाही लवकरच नष्ट झाली.

मराठ्यांनी तंजावर, कर्नाटकचा काही भाग, माळवा, गुजरात, ग्वाल्हेर, नागपूर या प्रदेशात राज्य स्थापले होते. संरक्षण, न्यायदान, करवसुली, बंदोबस्त ही शासनाची कर्तव्ये हे त्या प्रदेशातच पाहत असत. इतर प्रांतात ते फक्त चौथाई वसूल करण्यासाठी जात असत. त्यावेळी लढाई व लूटमार होत असे. त्याचा परिणाम असा झाला की मराठे केवळ लुटारू आहेत असा त्या भागांतील लोकांचा समज झाला. त्या लोकांनी मराठ्यांना कधीही मदत केली नाही. उलट विरुद्ध बाजूला साहाय्य केले. १७९५ च्या सुमारास मराठी साम्राज्य सत्तेच्या आणि वैभवाच्या शिखरावर होते. पण त्यानंतर गृहकलह, दुही, व्यापक दृष्टीचा अभाव आणि इंग्रजांचे आक्रमण यामुळे मराठी सत्ता नष्ट झाली. इ. स. १८१८ पासून इंग्रजी अंमल सुरू झाला.

इंग्रजी अंमल

इंग्रजी राजवट चालू झाल्यानंतरही स्वातंत्र्य प्राप्तीसाठी इतर प्रांतांप्रमाणेच महाराष्ट्रातही लहान मोठे प्रयत्न झाले. १८५७ च्या उठावात उत्तरेत नानासाहेब पेशवे, तात्या टोपे, झाशीची राणी इत्यादी महाराष्ट्रीय वीर जरी आघाडीवर होते तरी प्रत्यक्ष महाराष्ट्रात मात्र विशेष काही घडले नाही. १८५७ च्या बंडानंतरच्या काळात मात्र महाराष्ट्रात लोकहितवादी, विष्णुबुवा ब्रह्मचारी, महात्मा फुले, न्यायमूर्ती रानडे, गोपाल कृष्ण गोखले, लोकमान्य टिळक, चिपळूणकरशास्त्री, आगरकर इत्यादी विचारवंतांनी सामाजिक आणि राजकीय जागृतीचे फार मोठे काम केले. न्यायमूर्ती रानड्यांची स्फूर्तिदायक भाषणे ऐकून वासुदेव बळवंत फडके नावाच्या तरुणाचे मन स्वातंत्र्याच्या भावनेने पेटून उठले. गुलामगिरीचे जू झुगारून देऊन स्वातंत्र्य मिळवल्याशिवाय

महात्मा फुले

आपले दैन्य आणि दु:ख हटणार नाही असे ते गावोगाव सभा घेऊन लोकांना सांगू लागले. ज्या काळात इंग्रजांच्या विरुद्ध ब्र काढण्याची कुणाची प्राज्ञा नव्हती त्या काळात वासुदेव बळवंत स्वातंत्र्याची भाषा उघड रीतीने करू लागले होते. त्यांनी आपल्या भोवती रामोशी, कोळी, आदिवासी आणि इतर तरुण देशभक्त जमा केले. शस्त्रास्त्रे गोळा केली आणि इंग्रजी सत्तेविरुद्ध बंड पुकारले. इंग्रज सरकारने या बंडाचा बीमोड करण्यासाठी कंबर कसली. डॅनियल नावाचा इंग्रज मेजर वासुदेव बळवंताच्या पाठीशी लागला. वासुदेव बळवंताने त्याला रानांतून हिंडून बऱ्याच हुलकावण्या दिल्या. परंतु अखेरीस गाणगापूर जवळच्या देवरनाभनी या गावात झोपेत असतानाच वासुदेव बळवंतांना त्याने पकडले आणि त्यांच्यावर खटला भरला.

खटल्याच्या चौथ्या दिवशी वासुदेव बळवंतांनी केलेले वक्तव्य फारच स्फूर्तिदायक आहे. ते म्हणाले, "कुत्र्याप्रमाणे स्वत:चे पोट जाळण्याची पाळी आमच्यावर आली. ते माझ्याने पाहवले नाही, म्हणून मी ब्रिटिश सरकारविरुद्ध बंड पुकारले. आमची योजना सिद्धीस गेली असती तर फार मोठा चमत्कार होऊन, इंग्रजांना हाकून लावून, हिंदी प्रजासत्ताक राज्याची स्थापना करण्याचे माझे उद्दिष्ट साध्य केले असते. मग आकाशातील बापानेच इंग्रजांना वाचविले असते तर कोणास माहीत? पण ते होऊ शकले नाही. शेवटी मला अपयश आले, पण ईश्वरालाच माहीत की हे सर्व स्वदेशासाठीच केले! अहो, हिंदुस्थानवासी लोक हो! माझ्यामुळे तुम्हाला काहीसुद्धा लाभ झाला नाही. मी माझे उद्दिष्ट साध्य करू शकलो नाही. याबद्दल मला क्षमा करा!" शेवटी न्यायालयाने वासुदेव बळवंतांना जन्मठेपेची शिक्षा ठोठावली आणि एडनला नेऊन ठेवले, तेथूनही निसटण्याचा प्रयत्न वासुदेव बळवंतांनी केला, पण तो अयशस्वी ठरला. अखेरीस तुरुंगवासाचे जिणे जगत असतानाच १७ फेब्रुवारी १८८३ रोजी, वयाच्या अवघ्या ३८ व्या वर्षी महाराष्ट्राच्या या आद्य क्रांतिकारकांची

प्राणज्योत मालवली.

स्वातंत्र्यलढा

१८८५ साली काँग्रेसची स्थापना झाली. तिचे पहिले अधिवेशन मुंबईतच झाले. काँग्रेसचे सुरुवातीचे स्वरूप मवाळ होते. सनदशीर राजकारण हेच त्या काळातील काँग्रेसचे कार्य होते आणि परकीय सरकारशी प्रसंगी भांडूनही स्वातंत्र्य मिळवले पाहिजे असे म्हणणारे जहालांचे पुढारी होते बाळ गंगाधर टिळक. महाराष्ट्रात आणि खुद्द पुण्यातल्या लोकांना आपले राज्य इंग्रजांनी घेतले, व्यापारधंदा बुडवला, स्वराज्याचे वैभव नष्ट झाले या गोष्टीची विशेष खंत वाटत होती. टिळकांनी या भावनेची दखल घेतली. आपल्या संस्कृतीचा आधार घेतला आणि त्यातूनच जहाल राजकारणाचा जन्म झाला. सामान्य माणसाच्या दु:खाला त्यांनी वाचा फोडली.

लो. टिळक

समाजाचे दैन्य त्यांनी वेशीवर टांगले आणि अन्यायाविरुद्ध लढण्यासाठी निर्भयपणाने ते ठाम उभे राहिले. सर्व दु:खाचे, दैन्याचे मूळ पारतंत्र्य आहे हे त्यांनी ओळखले, लोकांना सांगितले आणि त्याविरुद्ध उभे राहण्यासाठी लोकजागृतीचे प्रचंड काम केले. 'स्वराज्य हा माझा जन्मसिद्ध हक्क आहे आणि तो मिळवणारच' अशी मंत्रतुल्य वाणी त्यांनी उच्चारली. सारा देश त्यांच्या पाठीशी उभा राहिला. मूठभर सुशिक्षितांचेच पुढारीपण करीत ते बसले नाहीत, तर बहुजन समाज त्यांनी जागा केला. 'तेल्या तांबोळ्यांचे पुढारी' म्हणून त्यांना त्यांच्या विरोधकांनी हिणवले खरे, पण त्यात टिळकांचा गौरवच होता. टिळक 'लोकमान्य' झाले होते. 'भारतीय अशांतीचे जनक' असे त्यांचे वर्णन एका इंग्रज पत्रकाराने केले होते. भारतीयांचे सत्त्व जागृत करून लोकमान्यांनी परकीय सत्तेविरुद्ध त्यांच्या मनात अशांती निर्माण केली होती.

लोकमान्यांचा जन्म २३ जुलै १८५६ रोजी रत्नागिरी येथे झाला. लहानपणापासूनच त्यांची कुशाग्र बुद्धी, स्वाभिमानी आणि साहसी वृत्ती दिसून येत असे. ५७ च्या क्रांतीच्या कथा आजोबांच्या तोंडून लहानपणी ऐकतानाच देशप्रीतीचे बीजारोपण त्यांच्या मनात आले. त्यांचे सर्व शिक्षण पुण्यात झाले. शिक्षणानंतर त्यांनी देशसेवेलाच स्वत:ला वाहून घेतले. आगरकर आणि विष्णुशास्त्री चिपळूणकर यांच्या

साहाय्याने त्यांनी 'न्यू इंग्लिश स्कूल' ची स्थापना केली. 'केसरी', 'मराठा' ही वर्तमानपत्रे काढली. त्यातून जळजळीत लेख ते लिहू लागले. आक्षेपार्ह लेखाबद्दल त्यांना कारावासाची शिक्षाही भोगावी लागली. १८८४ साली त्यांनी डेक्कन एज्युकेशन सोसायटीची स्थापना केली आणि फर्ग्युसन कॉलेज काढले. ते गणित, संस्कृत व शास्त्रदेखील शिकवत असत. टिळकांची बुद्धिमत्ता चतुरस्त्र होती. 'दि ओरायन', 'गीता रहस्य' इत्यादी विद्वतमान्य ग्रंथ त्यांनी लिहिले. १८८८ साली टिळक आणि आगरकर या मित्रांमध्ये मतभेद झाले.

गो. ग. आगरकर

आगरकर कट्टर समाजसुधारक होते. सामाजिक सुधारणांवर भर दिला पाहिजे असे त्यांचे मत होते तर टिळकांना राजकीय स्वातंत्र्य अधिक महत्त्वाचे वाटत होते. मतभेद झाल्यामुळे आगरकरांनी 'केसरी' सोडला आणि स्वतंत्रपणे 'सुधारक' नावाचे पत्र काढले. सामाजिक सुधारणेबद्दल सुधारकातून पोटतिडकीने ते लिहू लागले. आज दिसणाऱ्या अनेक सामाजिक सुधारणांचे श्रेय आगरकरांच्या त्या वेळच्या कार्याला कृतज्ञपणाने दिले पाहिजे. मतभेद झाल्यामुळे टिळकांनी डेक्कन एज्युकेशन सोसायटीही सोडली आणि ते पूर्णपणाने राजकीय क्षेत्रात पडले. 'केसरी' मराठी भाषेतून, आणि 'मराठा' इंग्रजी भाषेतून इंग्रजांच्या अन्यायी राज्यपद्धतीवर आग ओकू लागला. महाराष्ट्रात 'केसरी' ने केलेली लोकजागृती अनन्यसाधारण आहे. टिळकांनी जनताजागृतीसाठी सार्वजनिकरीत्या गणपतीउत्सव तसेच शिवाजीउत्सव साजरे करण्याची प्रथा पाडली. धर्मभावना आणि ऐतिहासिक विभूतींबद्दलची आदराची भावना यांचा पाठिंबा आपल्या राजकारणास मिळवण्याचा त्यांनी यशस्वी प्रयत्न केला. टिळकांनी स्वदेशीचा पुरस्कार करून स्वदेशीची चळवळ महाराष्ट्रभर सुरू केली. अन्यायाविरुद्ध झगडण्यास व आपले हक्क कायदेशीर रीतीने मिळवून घेण्यास टिळकांनी लोकांस शिकवले आणि महाराष्ट्रात एक प्रतिकारशक्ती निर्माण केली. लोकमान्यांच्या शिकवणुकीने अनेकांच्या अंत:करणात स्वातंत्र्याची ज्योत प्रज्वलित झाली. पुण्यात त्या वेळी दामोदर, बाळकृष्ण व वासुदेव असे तीन चाफेकर बंधू राहत होते. लोकमान्य हे त्यांचे दैवत होते. पारतंत्र्याच्या चिडीने त्यांचे अंत:करण पेटलेले होते. त्याच सुमारास

पुण्यात प्लेग झाला असताना रँड नावाचा गोरा अधिकारी आणि त्याचे गोरे सोजीर लोकांना अमानुषपणे छळत होते. त्यांच्या धर्माची व देवदेवतांची विटंबना करत होते. चाफेकर बंधूंना ते सहन झाले नाही आणि त्यांनी रँड साहेबांचा वध केला. या वधाने साऱ्या पुण्यात आणि महाराष्ट्रात मोठी खळबळ उडाली. ब्रिटिश सरकारने दडपशाहीचे सत्र आरंभले. अन्याय आणि अत्याचार होऊ लागले. या वेळी टिळकांचे 'सरकारचे डोके ठिकाणावर आहे काय?' असा अग्रलेख केसरीत लिहून या अन्यायविरुद्ध आवाज उठवला. पुढे चाफेकर बंधूंना पकडण्यात आले आणि फाशी दिले.

वंगभंगाच्या आंदोलनात टिळकांनी हिरिरीने भाग घेतला. त्यावेळी लाल, बाल, पाल ही त्रिमूर्ती अवघ्या भारताचे दैवत बनली होती. त्यातली बाल म्हणजे बाळ गंगाधर टिळक होत. टिळकांच्या नेतृत्वाचा ठसा भारतीय राजकारणावर कायमचा उमटला. १ ऑगस्ट १९२० रोजी टिळकांचा अंत झाला.

नेमस्तमार्गी असले तरी साऱ्या भारतीयांच्या आदरास पात्र झालेले महाराष्ट्रातील दुसरे नेते म्हणजे गोपाल कृष्ण गोखले होत. गोखल्यांची बुद्धिमत्ता, सत्यनिष्ठा आणि धडाडी अपूर्व होती. त्यांनी जनतेत आणि कायदेकौन्सिलातही देशाची मोठी सेवा केली. महात्मा गांधी गोखल्यांना आपले राजकीय गुरू मानीत असत.

क्रांतिकारकांचा पंथ

महाराष्ट्रातील आणखी थोर क्रांतिकारक म्हणजे स्वातंत्र्यवीर सावरकर आणि सेनापती बापट हे होत. सावरकरांचा जन्म २९ मे १८८३ रोजी नाशिक जिल्ह्यातील भगूर या गावी झाला होता. विद्यार्थिदशेत असल्यापासूनच सावरकरांना देशाच्या स्वातंत्र्याबद्दल उत्कंठा लागून राहिली होती. 'देशाचे स्वातंत्र्य परत मिळविण्यासाठी सशस्त्र क्रांतीचा केतू उभारून 'मी मारता मारता मरेतो झुंजेन' अशी घोर प्रतिज्ञा तरुण सावरकरांनी कुलस्वामिनीपुढे केली होती आणि त्यानुसार गुप्तमंडळे, शस्त्रांची जमवाजमव, शस्त्र चालविण्याचे शिक्षण इत्यादी गोष्टींच्या मागे ते  ध्यास घेऊन लागले. 'राष्ट्रभक्तसमूह' ही त्यांनी काढलेली पहिली संस्था. हिच्यातूनच पुढे 'मित्रमेळा' आणि 'अभिनव भारत' ह्या संस्था विकसित झाल्या. अभिनव भारत संस्थेने इतिहास घडविला. सावरकर पुढे शिक्षणासाठी इंग्लंडला गेले आणि तिथे

असतानाही त्यांनी क्रांतिकार्य जोमाने सुरू ठेवले. लंडनमध्ये श्यामजी कृष्ण वर्मा नावाच्या क्रांतिकारकाने 'इंडिया हाऊसची' स्थापना करून ब्रिटिशांच्या गुहेतच क्रांतिकार्य आरंभिले होते. अनेक स्वातंत्र्यनिष्ठ तरुणांचा तिथे अड्डा जमे. सावरकरही त्यात मिसळले. त्यांनी त्यावेळी '१८५७ चे स्वातंत्र्यसमर' आणि 'जोसेफ मॅझिनी' ही स्वातंत्र्यभावना फुलवणारी पुस्तके लिहिली. त्यांनी क्रांतीलाही तत्त्वज्ञानाची एक शास्त्रीय बैठक दिली. मुळशीच्या सत्याग्रहात पुढे 'सेनापती' म्हणून गाजलेले पां. मं. ऊर्फ तात्यासाहेब बापट हे त्यावेळी लंडनमध्येच होते. त्यांची आणि सावरकरांची तेथे भेट झाली. सेनापती बापट यांचाही पिंड क्रांतिकारकाचा, सच्चा देशभक्ताचा. त्यावेळी रशियातही क्रांतीचे वारे वाहत होते. सेनापती बापटांनी रशियन क्रांतिकारकांशी संधान जुळविले आणि बॉंब तयार करण्याची विद्या संपादन केली. बॉंबच्या धडाक्याने सगळे ब्रिटिश पार्लमेंटच उडवून लावण्याची तयारी सेनापती बापटांनी केली होती. पण सावरकरांनी त्यांना अडविले. नंतर बॉंब कसे तयार करावेत याची शिकवण हिंदी क्रांतिकारकांना देण्यासाठी सेनापती हिंदुस्थानात आले.

१९०९ सालच्या डिसेंबरमध्ये नाशिक येथे जॅक्सन नावाच्या इंग्रज अधिकाऱ्यावर अनंत कान्हेरे या तरुणाने गोळी झाडली. जॅक्सन जागच्या जागी ठार झाला. कान्हेरेला फाशी देण्यात आले. तिकडे सावरकरांनाही लंडनमध्ये अटक करून त्यांच्यावर खटला भरला होता. खटल्याचे सुरुवातीचे कामकाज लंडनमध्ये आटोपल्यावर गुप्तपणाने त्यांना हिंदुस्थानात आणण्याचे ठरले. बोटीवरून कडक पोलीस बंदोबस्तात त्यांना भारतात आणत असताना सावरकरांनी संडासाच्या वर्तुळाकार भोकातून उसळत्या समुद्रात उडी घेतली आणि पोहत पोहत ते फ्रान्सच्या किनाऱ्यावर लागले. सावरकरांच्या या अचाट साहसाने सारे जग स्तिमित झाले. पुढे सावकरांना पुन्हा ब्रिटिश सरकारने पकडले आणि त्यांना काळ्यापाण्याची शिक्षा ठोठावण्यात आली.

गांधी युग

टिळकांच्या निधनानंतर भारतात गांधीयुगाचा उदय झाला. गांधीजींनी आपल्या सत्याग्रहाच्या अभिनव शस्त्राने ब्रिटिश सरकारशी झुंज दिली. गांधीजींच्या पाठीशी महाराष्ट्रही तनमनाने उभा राहिला. विनोबाजी भावे, शंकरराव देव, काकासाहेब गाडगीळ, केशराव जेधे, एस. एम. जोशी, ना. ग. गोरे, साने गुरुजी, शिरूभाऊ लिमये, पटवर्धन बंधू इत्यादी अनेक नेत्यांनी स्वातंत्र्याच्या लढ्यात भाग घेतला, कारावास भोगला, जनता जागृतीचे काम केले.

कॉंग्रेसचे पहिले खेड्यातील अधिवेशन पूर्व खानदेशातील फैजपूर नावाच्या खेड्यात १९३६ साली भरविण्याचा मान महाराष्ट्राला मिळाला होता. गांधीजींनी

पुकारलेल्या सर्व लढ्यात महाराष्ट्रातील शेकडो स्त्री-पुरुषांनी भाग घेतला आणि त्याग केला.

समाजवादी पक्षाच्या प्रमुख संस्थापकांपैकी अच्युतराव पटवर्धन, ना. ग. गोरे, एस. एम. जोशी, अशोक मेहता, मिनु मसानी ही मंडळी महाराष्ट्रातीलच आहेत आणि समाजवादी पक्षाची स्थापना देखील नाशिकच्या तुरुंगातच १९३२ साली झाली. १९४२ सालच्या आंदोलनात समाजवादी पक्षाच्या तरुण कार्यकर्त्यांनी आपल्या उत्कट देशभक्तीने आणि साहसाने पराक्रमाचा इतिहासच निर्माण केला.

संयुक्त महाराष्ट्र

स्वातंत्र्यानंतर महाराष्ट्रातील कोल्हापूर, सांगली, मिरज इत्यादी देशी संस्थाने भारतीय संघराज्यात विलीन झाली. परंतु विदर्भ, मराठवाडा आणि मुंबई शहर यासह सर्व मराठी भाषिकांचे एक सलग महाराष्ट्र राज्य निर्माण होण्यास १ मे १९६० हा दिवस उगवावा लागला. मराठी जनतेची संयुक्त महाराष्ट्राची मागणी या दिवशी पूर्ण झाली. परंतु संयुक्त महाराष्ट्रासाठी मराठी जनतेला केंद्रसरकारशी बराच मोठा लढा मधल्या काळात द्यावा लागला.

★★★

३. लोक आणि लोकाचार

महाराष्ट्रातील लोकांच्या स्वभावासंबंधी एका लेखकाने म्हटले आहे की, 'महाराष्ट्रीय लोकांचा स्वभाव हा त्यांच्या आवडत्या श्रीखंडासारखाच आहे.' श्रीखंड हे महाराष्ट्राचे खास वैशिष्ट्यपूर्ण असे पक्कवान्न आहे. त्याची चव जशी आंबट-गोड तसाच मराठी माणूसही आंबट-गोड. त्याच्या राकट रांगडेपणाच्या मागे त्याचे मृदू आणि रसाळ हृदय असते. शौर्य आणि प्रेम, बुद्धी आणि श्रद्धा, पांडित्य आणि रसिकता अशी मजेशीर सरमिसळ मराठी माणसात झालेली दिसते.

महाराष्ट्रात अन्य प्रांतांप्रमाणेच निरनिराळ्या जाती जमातींचे आणि धर्मांचे लोक राहतात. त्यात बहुसंख्येने हिंदू असून त्या खालोखाल मुसलमान आणि ख्रिस्ती यांची वस्ती आहे. बौद्ध, जैन, पारशी आणि शीख ह्या धर्मांतील लोकही आढळतात. खेड्यापाड्यांतून अनेक वर्षांपासून हिंदू आणि मुसलमान हे पिढ्यानपिढ्या एकत्र राहत आल्यामुळे त्यांच्या सामाजिक जीवनात भेद आढळत नाही. एकमेकांच्या धर्माबद्दल आदराची भावना दिसून येते. कित्येक हिंदू मुसलमानांच्या मोहरमच्या वेळी वाघाची सोंगे घेतात, नवस बोलतात आणि त्यांच्या समारंभात भाग घेतात; तर कित्येक मुसलमान हे एकादशी करतात आणि पंढरपूरच्या वारीला न चुकता जातात. बहुतेक ठिकाणी बागवानाचा धंदा करणारे मुसलमानच आहेत. पारशी लोक मुंबईसारख्या शहरांमधून विशेष आढळतात. व्यापारधंद्यात हे लोक आघाडीवर आहेतच. पण पितामह दादाभाई नौरोजी, फिरोजशहा मेहता यांच्यासारखे थोर राष्ट्रसेवक या जमातीने महाराष्ट्राला आणि भारताला दिलेले आहेत. दुधात विरघळून जाणाऱ्या साखरेप्रमाणे पारशी हे येथील लोकजीवनात मिसळून गेलेले आहेत. जैन धर्माचे लोक सर्वत्र आहेत आणि ते उद्योगधंदे आणि व्यापार यांत अग्रेसर आहेत. धर्माप्रमाणेच अन्य प्रांतीय लोकही महाराष्ट्रात सर्वत्र विखुरलेले आढळतील. गुजराती आणि मारवाडी हे बहुतेक प्रत्येक लहानमोठ्या गावी गेल्यामुळे तेही मराठी जीवनाचाच एक भाग बनलेले

आहेत. कित्येक गुजराती आणि मारवाड्यांना मराठीशिवाय आपली भाषा नीट बोलता येत नाही. कापड, किराणा, सावकारी या व्यवसायात हे लोक बरेच दिसतात. अलीकडे काही गावांतून शीखही बरेच पसरलेले आहेत. मुंबई-पुण्यासारख्या शहरांतून टॅक्सी आणि ट्रक यांची वाहतूक करणारे बरेच शीख दृष्टीस पडतात. अन्य ठिकाणी लाकूड आणि कोळशाच्या वखारी, लाकडी फर्निचर, सायकली इत्यादी व्यवसायांत शीख गुंतलेले दिसतात. पाकिस्तानच्या निर्मितीनंतर निर्वासित होऊन आलेले सिंधी लोकही महाराष्ट्रात सर्वत्र आढळतात. कल्याणजवळ उल्हासनगर आणि पुण्याजवळ पिंपरी ही गावे सिंधी लोकांनी व्यापल्या सारखीच झालेली आहेत. गावोगावी यांनी मिळेल तो धंदा, विशेषत: कापड, हॉटेल, हाती घेतलेला दिसतो. फळे, बिस्किटे आणि इतरही बारीकसारीक वस्तू फिरून विकण्याचा धंदाही बरेच हे लोक आता महाराष्ट्रात तरी सुस्थिर झालेले आढळतात.

डॉक्टर बाबासाहेब आंबेडकर यांनी बौद्ध धर्माचा स्वीकार केल्यामुळे त्यांच्या हजारो अनुयायांनी बौद्ध धर्म स्वीकारला. त्यामुळे आज गावोगावी नवबौद्धांची संख्याही बरीच आढळून येते.

डॉ. बाबासाहेब आंबेडकर

हिंदू लोकांमध्ये चातुर्वर्ण्याची पद्धती रूढ आहे. स्पृश्य-अस्पृश्य, श्रेष्ठ-कनिष्ठ ही भावना देखील आजवर प्रबल होती. परंतु अलीकडे पूर्वीइतकी ती राहिलेली नाही. महाराष्ट्रातील संतांनी मानवसमतेचा ध्वज फडकविलाच होता. फुले, आगरकर, शिंदे, कर्वे, शाहू महाराज, गाडगे महाराज इत्यादी थोर व्यक्तींनी मानवसमतेचाच पुरस्कार केला. गांधीजींच्या आंदोलनात अस्पृश्यता निवारण हा एक प्रमुख कार्यक्रम होता. त्याचाही परिणाम राष्ट्रीय चळवळी बरोबरच झाल्याशिवाय राहिला नाही. अस्पृश्यांकरता वेगळे मतदारसंघ देऊन इंग्रजांनी सबंध हिंदू विरुद्ध अस्पृश्य अशी फूट पाडण्याचा जो प्रयत्न केला

महर्षी कर्वे

होता तो गांधीजींनी उपोषणाचे अग्निदिव्य करून हाणून पाडला. गांधीजींनी हे उपोषण पुण्याजवळील येरवड्याच्या बंदिशाळेतच केले होते. त्यातूनच पुढे पुणे करार अस्तित्वात आला.

संतांनी सर्व जातीजमातींना 'यारे यारे अवघे जन' अशी प्रेमाची हाक देऊन पंढरपूरला चंद्रभागेच्या वाळवंटात भेदाभेद विसरून जवळ आणले होते. परंतु तेराव्या शतकात त्यांनी सुरू केलेली क्रांती तिथेच वाळवंटातच थबकून राहिली होती. विसाव्या शतकात १९४७ साली भारताचे स्वातंत्र्य दृष्टिपथात आले असताना वाळवंटातली ही क्रांती मंदिरात पांडुरंगाच्या चरणापर्यंत नेण्याचे थोर कार्य महाराष्ट्रात सानेगुरुजींनी केले. पंढरपूरच्या विठ्ठल मंदिरात हरिजन बांधवांना प्रवेश मिळावा म्हणून सानेगुरुजींनी प्राणांतिक उपोषण आरंभले होते. पुढे १९५८ साली पूज्य विनोबाजींनी याच विठ्ठलाच्या मंदिरात सर्व धर्मीयांना घेऊन प्रवेश केला आणि विठ्ठलाचे दर्शन घेतले.

डॉक्टर बाबासाहेब आंबेडकर यांच्यासारखा थोर बुद्धिवान नेता अस्पृश्य जमातीत महाराष्ट्रातच झाला. त्यांनाही आपल्या जातिबांधवांवरील अमानुषतेचा कलंक धुऊन काढण्यासाठी त्यांना संघटित केले. अनेक हालअपेष्टा भोगून आणि वरिष्ठ समजल्या जाणाऱ्यांकडून अपमान, हेटाळणी आणि तुच्छतादर्शक वागणूक सोसूनही त्यांनी दलित बांधवांना आपले न्याय्य हक्क आणि अधिकार यांसाठी झगडण्याला सिद्ध केले. बाबासाहेबांनीही महाडच्या चवदार तळ्यावर पाण्यासाठी, नाशिकच्या राममंदिरात दर्शनासाठी आणि अन्यत्रही सत्याग्रह केले. या सर्व प्रयत्नांमुळेच आज भेदाभेदाची पूर्वीची कट्टर भावना काहीशी निवळलेली दिसते.

जातीजातीतही अनेक भेद आणि उपजाती महाराष्ट्रातही आहेत. ब्राह्मणांत कोकणस्थ किंवा चित्तपावन, देशस्थ, कऱ्हाडे, सारस्वत, गौड, देवरुखे, कुडाळे अशा अनेक पोटजाती आहेत. मराठ्यांतही अस्सल मराठे - हे स्वत:ला शहाण्णव कुळी म्हणवून घेतात - कुणबी आणि इतर असे तीन पोटभेद आहेत. अस्सल मराठे

संत गाडगेबाबा

स्वत:ला क्षत्रिय मानतात. राजे, सरदार, जमीनदार आणि लढवय्ये यांचा या वर्गात समावेश होतो. कुणबी म्हणजे शेतकरी मराठे. यांनाच कुळवाडी असे म्हणतात. अस्सल मराठ्यांतही कुलीन, लेकावळे आणि अकरमासे असे पुन्हा पोटभेद आहेत.

या वरिष्ठ समजल्या जाणाऱ्या जातीशिवाय सोनार, सुतार, कुंभार, बुरूड, गवंडी, कोळी, गुरव, घिसाडी, तेली, कासार, शिंपी, न्हावी, तांबोळी, भंडारी, भोई, लोहार, परीट, धनगर, ढोर इत्यादी अस्पृश्य मानण्यात आलेल्या जातीही अनेक आहेत. जंगलांमधून आदिवासी म्हणून ओळखल्या जाणाऱ्या आदिम जमातीही बऱ्याच आहेत. ठाणे व कुलाबा या जिल्ह्यांत आगरी, वारली, कातकरी आणि ठाकूर, धुळे जिल्ह्यात भिल्ल आणि विदर्भात कोरकू आणि गोंड या प्रमुख आदिम जमाती रानावनात राहतात.

महाराष्ट्रातील निरनिराळ्या भागात निरनिराळ्या प्रकारचे हवामान आणि भौगोलिक परिस्थिती असल्यामुळे त्या त्या भागातील लोकांच्या राहणीत थोडाफार बदल दृष्टीस पडतो. कोकणात पावसाचे प्रमाण जास्ती असल्यामुळे तिथली घरे कौलारू, उतरत्या छपराची असतात. गवत किंवा नारळीच्या झावळ्यांनी ती शाकारलेली असतात. जांभ्या नावाचा दगड येथे बराच उपलब्ध होत असल्यामुळे त्याच्याच भिंती बांधलेल्या असतात. डोंगराळ भागामुळे शेती ही डोंगराच्या उतरणीवर सपाट जागा मिळेल तिथे टप्प्याटप्प्यांनी केलेली असते. भात, नाचणी, वाल, वरी, उडीद ही धान्ये प्रामुख्याने होतात. आंबे, फणस, काजू, कोकम, नारळ, सुपारी ही पिकेही होतात.

देशावर पाऊस कमी पडतो. त्यामुळे इकडे धाब्याची घरे आढळतात. सपाट आणि काळी, मऊ जमीन असल्यामुळे शेती कोकणच्या मानाने कमी कष्टाची आणि फायदेशीर आहे. ज्वारी, बाजरी, गहू, तूर, हरभरा, ऊस, कापूस इत्यादी पिके देशावर होतात.

महाराष्ट्रात शिवाची उपासना करणारे बरेच लोक आहेत. प्रत्येक गावात शिवमंदिर असतेच. त्याचबरोबर विठ्ठल-रखुमाई, गणपती आणि मारुती यांची देवळेही असतात. बारा ज्योतिर्लिंगांपैकी पाच स्थाने महाराष्ट्रात आहेत. शैव आणि वैष्णव अशा दोन्ही धर्मपंथांचे लोक येथे आहेत. प्रारंभीच्या काळात या दोन्ही पंथांत वैरभाव होता. परंतु कालांतराने त्यांत ऐक्य निर्माण होऊन शिव आणि विष्णू या दोन्ही देवतांना हरिहर या स्वरूपात मानले जाऊ लागले. पंढरीचा विठ्ठल हा विष्णूचाच अवतार मानला जातो. बहिरोबा हा ग्रामरक्षक देव म्हणून मानला जातो. बहिरोबाचे देऊळ गावाच्या वेशीजवळ असते. त्याशिवाय खंडोबा, म्हसोबा, मरीआई, जोगाई इत्यादी असंख्य ग्रामदेवतांना भजणारा फार मोठा समाज महाराष्ट्रात आहे. राम, कृष्ण, अंबाबाई, दत्त इत्यादी देवदेवतांची मंदिरेही अनेक ठिकाणी असतात. नाथपंथी, महानुभाव अशा विविध संप्रदायांचे भक्तजनही आहेत.

वेशभूषा

सामान्यपणे महाराष्ट्रीय पुरुषाचा पोषाख म्हणजे धोतर, अंगरखा आणि रुमाल किंवा पागोटे असा असतो. हवामानाप्रमाणे त्या प्रदेशात यात थोडा बदलही होतो. कोकणातील शेतकरी तेथील हवा उष्ण व दमट असल्यामुळे आखूड धोतर, कुडते आणि मुंडासे वापरतो. देशातील हवामान विषम असल्यामुळे इकडील लोक उन्हाळ्यात सुती कपडे वापरतात. प्रतिष्ठित समजल्या जाणाऱ्या वर्गातील लोक धोतर, शर्ट, कोट, टोपी, उपरणे असा पोशाख करतात. विद्वत्तेची निदर्शक अशी पुणेरी पगडी पूर्वी असे. परंतु आता ती आढळत नाही. अलीकडे बहुतेक सुशिक्षित लोक पाश्चात्य पद्धतीची वेशभूषा करतात. नऊवारी लुगडे आणि चोळी ही महाराष्ट्रीय स्त्रीची वेशभूषा आहे. अद्यापही काही जमातीमधील जुन्या वळणाच्या स्त्रिया अशी वेशभूषा करतात. परंतु अलीकडे गोल साडी आणि पोलके
अशी बहुतेक तरुणींची वेशभूषा बनलेली आहे. स्त्रियांना दागिन्यांची हौस असते. टीका, ठुशी, गळसरी, गोठ, पाटल्या, एकदाणी, नथ, बाळ्या, बुगड्या, जोडवी, मासोळी, पैंजण, कंबरपट्टा हे

महाराष्ट्रीयन स्त्री

जुन्या पद्धतीचे दागदागिने अद्यापही काही घरांतून स्त्रिया वापरताना दिसतात. परंतु वेशभूषेप्रमाणेच या दागदागिन्यांतही बदल झालेला असून आता बिलवर, पाटल्या, कुड्या, इअरिंग्ज, मंगळसूत्र, नेकलेस, चपलाहार अशा पद्धतीचे नवीन दागिने स्त्रिया वापरतात. केसात फुलांचे गजरे माळतात.

खाणेपिणे

कोकणातील लोकांच्या जीवनात भाताचे प्रमाण अधिक आढळते. कारण तिकडे भातच पिकतो तांदळाची निरनिराळी पक्वान्ने करतात. तांदळाची किंवा नाचणीची भाकरी असते. आमसुलाचे सार, वालांची उसळ, आंब्याचे लोणचे, निरनिराळ्या भाज्या, चटणी, ताक हे पदार्थही जेवतात असतात. मासे आणि माशांचे कालवण हे देखील इकडील बऱ्याच लोकांच्या आहारात असते.

देशावरील लोकांच्या जेवणात प्रामुख्याने ज्वारीची भाकरी, गव्हाची पोळी आणि तुरीच्या डाळीची आमटी हे पदार्थ असतात. भातही असतो. वांगी, भेंडी, भोपळा, गवार, मेथी, आळू, राजगिरा, वळी, बटाटे, कोबी इत्यादी भाज्या, लोणची, कोशिंबीर, चटणी, दही, ताक इत्यादी पदार्थही असतात.

बुंदी, बेसन, राघवदास, रवा, मोतीचूर इत्यादी प्रकारचे लाडू, जिलेबी, बासुंदी, श्रीखंड इत्यादी पक्वान्ने सणासुदीला मंगलकार्याचे वेळी करतात. पुरणपोळी हे खास महाराष्ट्राचे आवडते पक्वान्न आहे. देवधर्म कुळाचाराला पुरणाची पोळी करतात.

पूर्वी अतिथींचे स्वागत गूळ-पाणी वा पानसुपारी याने होत असे. आता ते चहाच्या कपाने केले जाते. चहा-कॉफी ही पेये शहरात आणि खेड्यापाड्यात सर्वत्र पसरलेली आहेत. अगदी लहानशा खेड्यातही एखादे चहाचे खोपटाचे हॉटेल दृष्टीस पडते.

चालीरीती

चालीरीती, लोकाचार यांना एक परंपरा लाभलेली असते. महाराष्ट्रामध्ये पारंपरिक लोकाचार आहेत. मूल जन्मले की ह्या चालीरीती सुरू होतात. पुत्रजन्माचा आनंद मोठ्या प्रमाणावर मानला जातो. या आनंदप्रीत्यर्थ पेढे वाटले जातात. प्रसूतीनंतर दहा दिवस बाळंतीणीला शिवता येत नाही, तिचे सोयर किंवा सुवेर मानले जाते. नवजातक बालकाच्या पाचव्या दिवशी पाचवी केली जाते. या दिवशी पाटा, वरवंटा, कागद आणि लेखणी यांची पूजा केली जाते. रात्री सटवाई नावाची देवता बाळाचे भाग्य लिहिते अशी श्रद्धा आहे. बाराव्या दिवशी बारसे साजरे केले जाते. बाळाला नवे अंगडे टोपडे आणि दागिने घालून सजवलेल्या पाळण्यात घालतात.

नात्यागोत्यातल्या आणि आळीतल्या सुवासिनी जमून बाळाचे नाव ठेवतात. नामकरणाचा हा विधी मोठ्या आनंदाने साजरा करतात. यावेळी नाव ठेवताना पाळणा नावाचे गीत म्हणण्याची प्रथा आहे. दुपारी गोड धोडाचे जेवण होते. संध्याकाळी हळदी कुंकवाचा समारंभ होतो. मूल वर्षभराचे झाले म्हणजे त्याचे उष्टावण केले जाते. तेव्हापासून त्याला अन्न खाऊ घालतात. त्यानंतर मुलाचे जावळ काढण्याचा विधी होतो. मुलगा सात आठ वर्षांचा झाल्यानंतर त्याचे मौंजीबंधन करण्यात येते. मुलांना गणेशचतुर्थी किंवा दसरा यांसारख्या शुभदिवशी शाळेत पाठविण्याची प्रथा आहे. या सर्व विधींना पूर्वीच्याकाळी महत्त्व दिले जाई. परंतु अलीकडे कुटुंबव्यवस्था आणि अर्थव्यवस्था ही बदलून गेल्यामुळे ते महत्त्व राहिलेले नाही. शिक्षणाच्या प्रसारामुळे नवी दृष्टी आणि नवे विचारही समाजामध्ये प्रसृत झालेले आहेत. पूर्वी महाराष्ट्रात एकत्र कुटुंबपद्धती नांदत होती. आता ती बदलून विभक्त कुटुंबपद्धती अस्तित्वात आली आहे. अर्थार्जनासाठी पुरुषांप्रमाणेच स्त्रियांनाही आता नोकरी, व्यवसाय करणे भाग पडले आहे. महाराष्ट्रात स्त्रीशिक्षणाचे प्रमाण खूपच मोठे असून महर्षी कर्वे यांच्या प्रयत्नाने एक स्वतंत्र विद्यापीठही अस्तित्वात आलेले आहे. सर्व प्रमुख क्षेत्रांत महाराष्ट्रीय स्त्री आज पुरुषांच्या बरोबरीने वावरताना दिसते.

लग्नविधी

ब्राह्मण लोकांमध्ये वैदिक पद्धतीने विवाह साजरे होतात. त्या त्या शाखेतील मुलामुलींचे विवाह करण्याची प्रथा आहे. ऋग्वेदी, यजुर्वेदी अशा शाखा आहेत. सगोत्र विवाह करण्याची प्रथा निषिद्ध मानलेली आहे. पूर्वी मुलामुलींचे विवाह बालपणीच केले जात असत. परंतु अलीकडे बालविवाह बंद झाले आहेत. बालविवाहाला बंदी करणारा कायदाही झाला आहे. त्याचप्रमाणे द्विभार्या प्रतिबंधक कायदाही अस्तित्वात आलेला आहे. त्यापूर्वी एका पुरुषाला अनेक स्त्रियांशी लग्ने करता येत असत. वधू वर यांची निवड करण्यापूर्वी त्यांच्या पत्रिका जुळवून पाहणे, गोत्र प्रवर इत्यादींचा विचार करणे, त्यांचे शील व आरोग्य, कुळाची सांपत्तिक स्थिती व सामाजिक प्रतिष्ठा यासंबंधी चौकशी करून सर्व गोष्टी मनाप्रमाणे जुळत असल्या तर विवाहसंबंध निश्चित करणे ही पद्धती प्राचीन काळापासून चालत आलेली असून ती सध्याही बहुतांशी तशीच चालू आहे. वधू वर पसंतीनंतर दोन्ही पक्षांत मध्यस्थाच्या मार्फत देण्याघेण्यासंबंधी वाटाघाटी होतात. वधूपित्याने वराला हुंडा देण्याची प्रथा आजही चालू आहे. या प्रथेविरुद्ध कितीही नापसंती दर्शविली किंवा चळवळी झाल्या तरीही ही प्रथा नष्ट झालेली नाही. वाढत्या शिक्षणानंतरही ही प्रथा कमी न होता उलट ती पूर्वीपेक्षा अधिक वाढलेली दिसते. हुंड्याबरोबरच वराला भारी पोशाख, लग्नसमारंभाचा

खर्च आणि थाटामाटाच्या जेवणावळी व वरात अशा अटी आजही वरपक्षाकडून घातल्या जातात.

सर्व तऱ्हेच्या वाटघाटी होऊन तिथिनिश्चय झाल्यावर साखरपुडा केला जातो. यावेळी वरपिता आणि वरपक्षातील मंडळी वधूच्या घरी जाऊन तिला साडी चोळी आणि पेढ्याचा पुडा देतात.

विवाहापूर्वी घाणा भरणे, उष्टी हळद, केळवण, व्याही भोजन, तेलफळ, रुखवत इत्यादी सोहळे केले जातात. विवाहाच्या आदल्या दिवशी पुण्याहवाचन, मातृकापूजन, नांदीश्राद्ध, मंडपदेवता प्रतिष्ठा इत्यादी धार्मिक विधी केले जातात. विवाह समारंभ वधूच्या घरी होतो. त्यासाठी वरपक्षाचे लोक वाजतगाजत मिरवत विवाहस्थळी जातात. सीमांतपूजन आणि मधुपर्क हे वराच्या स्वागताचे विधी आहेत. त्या वेळी वधू गौरीहाराची पूजा करीत देवकाजवळ बसलेली असते. मधुपर्क झाल्यानंतर बोहल्यावर लग्न लागते. वधूवरांच्यामध्ये अंतरपाट धरलेला असतो. वधू वरांच्या हातात पुष्पमाला असतात. वधूच्या व वराच्या बहिणी हाती पाण्याने भरलेले कलश व दिवे घेऊन मागे उभ्या असतात. त्यांना उभ्या करवल्या म्हणतात. लग्नविधी होईपर्यंत उपाध्याय मंगलाष्टके म्हणतात. त्यावेळी उपस्थित लोक वधूवरांवर अक्षता टाकतात. सुमुहूर्ताचा क्षण येताच उपाध्याय 'तदेव लग्नं सुदिनं तदेव । ताराबलं चंद्रबलं तदेव ।' हा श्लोक म्हणतात. श्लोक संपताच उत्तरेच्या बाजूचा मनुष्य अंतरपाट दूर करतो, वधूवर एकमेकांना पुष्पहार घालतात. मंगलवाद्ये वाजतात. जमलेल्या मंडळींना पानसुपारी व पेढे वाटतात. यानंतर धार्मिक विधी सुरू होतात. त्यांत कन्यादान, सूत्रवेष्टण, कंकणबंधन, अक्षतारोपण, मंगलसूत्र बंधन, लाजाहोम आणि सप्तपदी यांचा समावेश होतो. लाजाहोम आणि सप्तपदी हे मुख्य विधी असून त्याशिवाय विवाह पूर्ण व कायदेशीर होत नाही. सप्तपदीनंतर सायंकाळी वधूवरांनी ध्रुव, अरुंधती, सप्तर्षी व नक्षत्रे यांचे दर्शन घ्यावयाचे असते. वधूवरांची मोठ्या थाटामाटाने वाजतगाजत वराच्या घरापर्यंत वरात काढतात. त्यानंतर तिथे लक्ष्मीपूजनाचा कार्यक्रम होतो. त्यावेळी वधूचे सासरचे नाव ठेवले जाते.

सण-समारंभ

अन्य प्रांतांप्रमाणेच महाराष्ट्रातही सण समारंभ, जत्रा-यात्रा, व्रते आणि उत्सव यांची रेलचेल आहे. सण-समारंभ किंवा व्रत-वैकल्ये यांच्यामागे एक सांस्कृतिक व सर्वस्पर्शी अशी दृष्टी दिसते. त्याचप्रमाणे त्या त्या ऋतूंना अनुरूप अशी सृष्टीशी एकरूपता पावण्याची वृत्तीही आढळते.

वर्षारंभ

मराठी वर्ष चैत्र शुद्ध प्रतिपदेपासून सुरू होते. या दिवसाला 'चैत्र पाडवा' असे म्हणतात. या दिवशी घरोघर गुढ्या उभारण्यात येतात. नव संवत्सराचे फल खेड्यापाड्यातून चावडीत ग्रामजोशी नवीन पंचांग वाचून सर्व गावकऱ्यांना सांगतो. नवीन उद्योगधंदा, वगैरेचा शुभारंभ या मुहूर्तावर करतात. गोडाधोडाचे जेवण घरोघर होते. साखरेच्या गाठ्या लहान मुलांना, गुढीला घालतात. कडुनिंबाची फुले गुळाबरोबर खातात.

वटपौर्णिमा

ज्येष्ठ शुद्ध पौर्णिमेच्या दिवशी सुवासिनी सती सावित्रीचे व्रत करतात. या दिवशी दिवसभर उपास करून वटवृक्षाची पूजा करतात. सावित्रीची पोथी ऐकतात. सौभाग्यसंरक्षणाची भावना या व्रतामागे असते.

नागपंचमी

श्रावण शुद्ध पंचमीला नागपंचमी म्हणतात. या दिवशी सासुरवाशिणी माहेरला येतात. झाडाझाडावर झोके टांगले जातात. फेर धरून स्त्रिया गाणी गातात. वारुळाला जाऊन नागाची पूजा करतात. नागाला दूध लाह्या अर्पण करतात. हौसे मौजेचा, सर्पसृष्टीबद्दल कृतज्ञता व्यक्त करण्याचा हा स्त्रियांचा मोठा सण आहे.

नारळी पौर्णिमा

श्रावण शुद्ध पौर्णिमेला नारळी पौर्णिमा किंवा राखी पौर्णिमा असेही म्हणतात. या दिवशी बहीण भावाला राखी बांधते. कोकणात समुद्राला नारळ अर्पण करून पूजा केली जाते.

गणेश चतुर्थी

भाद्रपद शुद्ध चतुर्थीच्या दिवशी घरोघर मंगलमूर्ती गणरायाचे थाटाने आगमन होते. अनंत चतुर्दशीपर्यंत रोज सकाळ-संध्याकाळ पूजा, आरती, खिरापत असा कार्यक्रम चालतो. सार्वजनिक ठिकाणी जागोजाग गणपती बसवले जातात. संगीत, नृत्य, नाट्य, मेळे, भाषणे असे विविध प्रकारचे मनोरंजनाचे व उदबोधक कार्यक्रम चालतात. गणपतींची आरासही प्रेक्षणीय असते. गणेशोत्सवाचे हे सार्वजनिक स्वरूप लो. टिळकांनी रूढ केले. अनंत चतुर्दशीच्या दिवशी मोठ्या मिरवणुकीने मंगलमूर्तीचे विसर्जन होते.

नवरात्र दसरा

आश्विन शुद्ध प्रतिपदेपासून नऊ दिवस देवीचे नवरात्र बसते. घरोघर घट बसवले जातात. नंदादीप तेवत ठेवतात. तुळजापूर, कोल्हापूर आदी देवींच्या

श्रीगणेशोत्सव

तीर्थक्षेत्री मोठ्या जत्रा भरतात.

दहाव्या दिवशी आश्विन शुद्ध दशमीला दसरा हा मोठा सण साजरा होतो. याला 'विजयादशमी' असेही म्हणतात. या दिवशी शस्त्रपूजन होते. कारागीर लोक आपआपल्या अवजारांची पूजा करतात. संध्याकाळी गावसीमेच्या बाहेर जाऊन गणपतीपूजन करून शमी व आपट्याची पाने लुटतात. याला सोने लुटणे असे म्हणतात. तरुण मंडळी वडीलधाऱ्यांना सोने देऊन त्यांचे आशीर्वाद घेतात.

दिपवाळी

दीपोत्सवाचा आनंदाचा कार्यक्रम आश्विन वद्य चतुर्दशीपासून कार्तिक शुद्ध द्वितीयेपर्यंत चालतो. हे चार दिवस मोठ्या धामधुमीत आनंदाने साजरे केले जातात. पहिल्या दिवशी नरकचतुर्दशीच्या पहाटे अभ्यंगस्नान होते. नरकासुर राक्षसाचा वध या दिवशी झाला होता. दुसऱ्या दिवशी अमावस्या सर्वत्र लक्ष्मीपूजन करून साजरी होते. तिसरा दिवस 'दिवाळीचा पाडवा' किंवा 'बलिप्रतिपदा' म्हणून साजरा होतो. वामनाने या

भाऊबीज

दिवशी बळीच्या मस्तकावर पाऊल ठेवले, आणि त्याला पाताळात धाडले अशी कथा आहे. ह्या दिवशी व्यापारी मंडळी नव्या वह्या घालून पूजन करतात. त्याला 'वहीपूजन' म्हणतात. व्यापारी वर्षारंभ या दिवसापासून होतो.

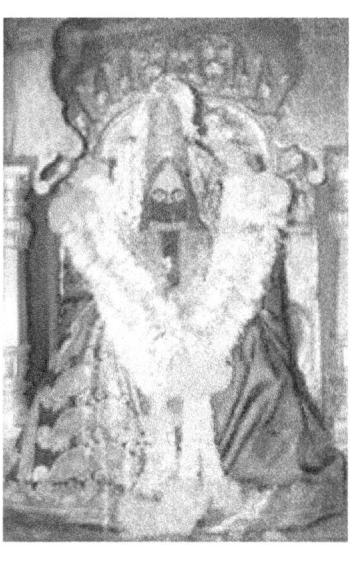

चवथ्या दिवशी यमद्वितीयेला 'भाऊबीज' साजरी होते. भाऊ बहिणीकडे जातो. बहीण त्याला न्हाऊमाखू घालते. गोडधोड करते. सायंकाळी त्याला पंचारतींनी ओवाळते. भाऊ बहिणीला ओवाळणी घालतो.

दिवाळीचे हे चार दिवस रोषणाई करून साजरी करतात. घरोघर आकाशकंदीलही लावतात. मुले फटाके, फुलबाज्या इत्यादी शोभेची दारू उडवतात. चकली, करंजी, लाडू, अनारसे इत्यादी फराळाचे जिन्नस या सुमारास घरोघर बनवतात. नव्या जावईबापूला दिवाळ सणाला बोलावतात.

संक्रांत

पौष महिन्यात १४ जानेवारीला संक्रांतीचा सण साजरा होतो. सुवासिनी वाणे लुटतात, हळदी कुंकू करतात. हलवा, तिळगूळ एकमेकांना देतात व 'तिळगूळ घ्या, गोड बोला' असे म्हणतात. वर्षभरातली भांडणे, कुरबूर विसरून जायची व गुण्यागोविंदाने नांदायचे हा या मागचा हेतू.

होळी

फाल्गुन पौर्णिमेला सर्वत्र होळी पेटवली जाते. अग्निनारायणाची पूजा या निमित्ताने करतात. होळीच्या धगीमुळे कृमिकीटकांचा नाश होतो. या सुमारास गाणी-बजावणी आदी कार्यक्रम

चालतात. दुसऱ्या दिवशी धूलिवंदन होते.

पंचमीला एकमेकांच्या अंगावर रंग उडवतात. याला रंगपंचमी म्हणतात.

याशिवाय रामनवमी, कृष्णाष्टमी, पोळा, वसंतपंचमी, रथसप्तमी, शिवरात्र इत्यादी उत्सव साजरे केले जातात.

आषाढ, कार्तिक, माघ व चैत्र या महिन्यांच्या शुद्ध एकादशीला पंढरपूरला मोठी यात्रा भरते. गावोगाव ग्रामदेवतेच्या जत्रा-यात्रा होतच असतात.

महाराष्ट्राचे लोकजीवन असे सण समारंभांनी गजबजलेले आहे.

या लोकजीवनाला वासुदेव, नंदीबैल, बहुरूपी, पांगूळ, पोतराज, गुरुबाळ संतोष, पिंगळा, चित्रकथी, गोंधळी आदी लोकयाचकांनीही खुमारी आणलेली आहे. परंतु अलीकडे यातील बऱ्याच याचकांचा वर्ग दिसेनासा होत चालला आहे.

★★★

४. भाषा आणि साहित्य

महाराष्ट्र राज्याची भाषा मराठी आहे. मराठी भाषेच्या उत्पत्तीसंबंधी विद्वानांमध्ये अनेक मतभेद आहेत. ही संस्कृतोदभव आर्यभाषा आहे. परंतु तिचा विकास सरळ संस्कृतमधून न होता संस्कृतपासून महाराष्ट्री प्राकृत आणि महाराष्ट्री प्राकृतापासून मराठी, असा हिचा विकासक्रम मानला जातो. दुसऱ्या एका मतानुसार महाराष्ट्री अपभ्रंशापासून मराठीची उत्पत्ती झाली अपभ्रंश भाषेच्यापूर्वी इसवी सन ८७५ पर्यंत चार प्राकृत भाषा - शौरसेनी, मगधी, पैशाची आणि महाराष्ट्री - या अस्तित्वात होत्या. त्यांमधून उच्च दर्जाचे साहित्य निर्माण झालेले होते. राजशेखर कवीने आपल्या 'कर्पूरमंजिरी' या ग्रंथात महाराष्ट्रीचा उपयोग केला आहे. त्यानंतर सुमारे दोनशे वर्षांनंतर अपभ्रंश भाषेतही साहित्य निर्मिती होऊ लागली. मराठी भाषेच्या विकासाची चिन्हे येथे दिसतात.

एखाद्या भाषेच्या मूळ उगमाचा पत्ता लावणे हे कठीण काम आहे. उत्खननात मिळालेले शिलालेख अथवा हस्तलिखिते यांच्यावरूनच काही अनुमान काढता येते. मराठीतला प्राचीन असा उपलब्ध शिलालेख ९३३ सालातला आहे. हा लेख कर्नाटक राज्यातील श्रवणबेळगोळ येथील गोमटेश्वराच्या मूर्तीच्या पायथ्याजवळ आहे. या शिलालेखात 'श्री चाउंडराजे करवियले' असे एक मराठी वाक्य आहे. त्यानंतरचा दुसरा शिलालेख १२०८ सालचा उपलब्ध आहे. हा २६ ओळीचा असून त्यातील शेवटच्या पाच ओळी मराठीत आहेत. यावरून त्या काळी मराठी भाषा ही स्वतंत्र रूपाने अस्तित्वात होती आणि तिचा विस्तारही बराच झालेला होता असे दिसते.

प्राचीन साहित्य

महाराष्ट्र समाजाचा तत्कालीन सांस्कृतिक स्तर हा उच्च दर्जाचा होता. या

समाजात भवभूती आणि भास्कराचार्य यांच्यासारख्या व्यक्ती होऊन गेल्या. भास्कराचार्यांचा नातू चांगदेव याने आपल्या आजोबांच्या सिद्धान्ताचा प्रचार करण्यासाठी एक विश्वविद्यालय स्थापिले होते आणि त्यातील एका शिलालेखामध्ये मराठी भाषेचा उपयोग केला होता. काव्यमीमांसेचा निर्माता राजशेखर हा देखील महाराष्ट्री ब्राह्मण होता. या लेखकांच्या ग्रंथनिर्मितीवरून असे दिसते की, त्या वेळी उच्च दर्जाचे साहित्य आणि विद्या यांचे माध्यम संस्कृत भाषा होती. परंतु या सुसंस्कृत लोकांची दैनंदिन व्यवहारातील भाषा मराठी हीच होती. त्या काळातील दानपत्रे आणि राजाज्ञालेख हेही मराठीत लिहिलेले आढळतात. राजा रामदेवराव याचा पंढरपूर येथील सन १२७३ मधील शिलालेख शुद्ध आणि निर्दोष अशा मराठीत आहे. रामदेवराव राजाच्या सभेत मराठी ग्रंथ लिहिले आणि वाचले जात होते. हा यादववंशी राजा होता. अखेरच्या तीन यादव राजांच्या काळात बाराव्या शतकात मराठी गद्य आणि पद्य साहित्य बरेच निर्माण झाले. त्यात पंचतंत्र इत्यादी बालोपयोगी गोष्टी, स्त्रियांसाठी गाणी आणि कहाण्या, पौराणिक गद्य आणि पद्य कहाण्या, ज्योतिष आणि आयुर्वेद अशा शास्त्रीय विषयांवर देखील या काळात निर्मिती झाली. राजांना प्रसन्न करण्यासाठी नलोपाख्यान आणि रुक्मिणीस्वयंवर यांसारख्या साहित्यदृष्ट्या श्रेष्ठ आणि अलंकारिक रचना मराठीत होऊ लागल्या. राजसभेत त्यांचे गायनवाचनही होत असे. राजा जर धर्म आणि तत्त्वज्ञान यांचा चाहता असला तर वेदांतासारख्या विषयाचे विवेचनही सुबोध मराठीत होऊ लागले. अशा ग्रंथाचे सर्वोत्तम उदाहरण म्हणजे मुकुंदराजाचा 'विवेकसिंधु' हा ग्रंथ होय.

मराठी साहित्य पुढीलप्रमाणे सहा कालखंडात विभागता येते -

१) यादवकाल - ११८९ - १३२० इ.

२) बहामनीकाल - १३२० - १६०० इ.

३) मराठाकाल - १६००-१७०० इ.

४) पेशवाकाल - १७०० - १८५० इ.

५) ब्रिटिशकाल - १८५० - १९४७ इ.

६) स्वातंत्र्योत्तरकाल - १९४७ पासून पुढे

मुकुंदराज

प्रारंभीच्या यादव आणि बहामनी कालात प्रामुख्याने धार्मिक आणि तात्त्विक विषयांवरच ग्रंथरचना झाली. सर्व भाषांप्रमाणेच मराठीतील या रचनाही पद्यमय होत्या. मराठीमधील आद्य ग्रंथकार म्हणून कवी मुकुंदराज यांना मानण्यात येते. मुकुंदराजाने आपला 'विवेकसिंधु' नावाचा ग्रंथ जैत्रपाल राजासाठी लिहिला. त्यावेळी त्याचे वय

साठ वर्षांचे होते. मध्यप्रदेशातील अंभोर नावाच्या गावी आपल्या गुरूच्या समाधीजवळ शंकरोक्ती नावाच्या ग्रंथाच्या आधारे त्याने आपल्या विवेकसिंधूची रचना केली.

शंकरोक्ती वरी । मी बोलिलो मराठी वैखरी ।
म्हणोनी निर्धारावी चतुरी । शास्त्रबुद्धी ।

मुकुंदराजाने राजा 'विश्व सुस्नात होऊनि सुखी व्हावे' या हेतूने ही रचना केली. विवेकसिंधूमध्ये अठरा अध्याय असून १६७१ ओव्या आहेत. मुकुंदराजाने परमामृत, पवनविजय, मूलस्तंभ, पंचीकरण इत्यादी ग्रंथही लिहिले आहेत. मुकुंदराजाची रचना विशुद्ध आणि सरळ अशा शैलीत असून ज्ञानेश्वराच्या पूर्ववर्ती काळाला ती अनुसरून आहे. मुकुंदराज गोरखपंथी होता. या पंथाने उत्तर भारतात धर्म आणि तत्त्वज्ञान सामान्य लोकांपर्यंत पोहोचविण्यासाठी साहित्यिक रचना हिंदीमध्ये केलेली आहे.

महानुभाव

यादवकाळात मराठी साहित्य धार्मिक क्षेत्रापुरतेच मर्यादित राहिले नाही. रामदेवराव राजाचा अत्यंत हुषार अमात्य हेमाद्री हा विद्या, कला आणि साहित्य यांचा पुरस्कर्ता होता. त्याने संस्कृत पंडितांनाही आश्रय दिला होता. मराठी गद्याचा उदभव याच काळात झाला. महानुभाव संप्रदायाला याचे श्रेय दिले जाते. महानुभाव संप्रदायचा संस्थापक चक्रधर हा मूळचा गुजरातचा रहिवासी होता. परंतु तो महाराष्ट्रात आला, सर्वत्र हिंडला. त्याला महाराष्ट्र अत्यंत प्रिय होता. नागदेव, माहिंभट, नाथोबा इत्यादी त्याचे अनेक शिष्य होते. त्याचप्रमाणे नागांबिका, महदायिसा इत्यादी त्याच्या शिष्याही होत्या. या सर्वांनीच महाराष्ट्रावर आणि मराठी भाषेवर अपार प्रेम केले. चक्रधराने केवळ मोठमोठ्या तात्विक विषयांवरच विवेचन केले असे नाही, तर दैनंदिन जीवनातील आचार आणि विचार या विषयांवरही उपदेश केलेला आहे. महानुभाव संप्रदायातील लेखकांनी जाणूनबुजून संस्कृत बाजूला ठेवले आणि जनसामान्यांसाठी मराठीच लेखन केले. आपल्या चक्रधर स्वामींचा उपदेश केशोबा जेव्हा संस्कृतमध्ये पद्यबद्ध करू लागला, तेव्हा नागदेवाने त्यास म्हटले की -

'नकोगा केशवा देय येणें माझिये स्वामीचा
सामान्यु परिवारू नागवैल की-'

महानुभाव संप्रदायाचे दोन ग्रंथ पवित्र मानले जातात. 'लीळाचरित्र' आणि 'गोविंदप्रभु चरित्र' लीळा चरित्रात चक्रधराची जीवनगाथा ग्रंथित केलेली आहे. या दोन्ही ग्रंथांची रचना माहिंभटाने केली आहे. लीळा चरित्राची रचना १२८० च्या

आसपास झालेली आहे. केशोबाने 'सूत्रपाठ' आणि 'दृष्टान्तपाठ' या रचना केल्या आहेत. महानुभाव कवींची पद्यात्मक रचना सात मोठ्या काव्यांच्या रूपाने प्रसिद्ध आहे. ओवी छंदात लिहिलेल्या या काव्यांची संख्या विपुल आहे. वस्त्रहरण रुक्मिणीस्वयंवर, शिशुपालवध आणि उद्धवगीता ही काव्ये कृष्ण चरित्रावर आधारित आहेत. सह्याद्रीवर्णन आणि रिद्धीपूर्ण वर्णन यामध्ये महानुभाव पंथाच्या पवित्र स्थानांचे वर्णन आहे. महानुभाव पंथात सतराव्या शतकापर्यंत ग्रंथरचना होत होती.

ज्ञानेश्वर

यानंतर मराठीतील सर्वश्रेष्ठ संतकवी ज्ञानदेवांचा जन्म शके ११९७ श्रावण वद्य अष्टमीस आळंदी येथे झाला. त्यांच्या आईचे नाव रखमाबाई व वडिलांचे नाव विठ्ठलपंत असे होते. विठ्ठलपंतांचे गाव पैठणजवळील आपेगाव होते. विठ्ठलपंतांने काशीतील रामानंदस्वामींकडून संन्यास घेतला होता.

ज्ञानेश्वर

परंतु पुढे पत्नीच्या विनवणीवरून व गुरूच्या आज्ञेवरून विठ्ठलपंतांनी पुन्हा गृहस्थाश्रमात प्रवेश केला. विठ्ठलपंतांना निवृत्तिनाथ, ज्ञानेश्वर, सोपानदेव आणि मुक्ताबाई अशी चार अपत्ये झाली. ती सर्व बालपणापासून विरक्त, विठ्ठलभक्त आणि ज्ञानी होती. संन्याशाची संतती म्हणून ब्राह्मणांनी या मुलांचा फार छळ केला. तिन्ही मुलांच्या मुंजी न करता त्या सर्वांना वाळीत टाकले. पुढे ज्ञानेश्वराने रेड्यामुखी वेद वदवून काही अदभुत असे चमत्कार दाखवले. तेव्हा त्यांच्या ठायीचे असामान्यत्व लक्षात घेऊन ब्राह्मणांनी त्यांना शुद्धिपत्र दिले.

संस्कृतातील ज्ञान सामान्य लोकांस कळावे, ज्ञानाची मक्तेदारी होऊ नये, या हेतूने ज्ञानेश्वरांनी मराठीत ग्रंथरचना करण्याचे ठरवले आणि ज्ञानेश्वरी हा गीतेचे विवरण करणारा अपूर्व असा ग्रंथ लिहिला. ज्ञानेश्वरीला 'भावार्थ दीपिका' असेही नाव आहे. ज्ञानेश्वरांची मराठी भाषेवर अनन्यसाधारण अशी भक्ती आणि प्रेम होते.

ज्ञानेश्वरीत त्यांनी म्हटले आहे -

माझा मऱ्हाटाचि बोलु कौतुके । परी अमृतातेही पैजा जिंके ।
ऐसी अक्षरे रसिके । मेळवीन ।।

ज्ञानेश्वरमंदिर - आळंदी

ज्ञानेश्वरांनी केलेल्या या प्रतिज्ञेचा प्रत्यय त्यांच्या ज्ञानेश्वरीत पदोपदी येतो. विषय - निरूपण आणि काव्य या दोन्ही दृष्टींनी ज्ञानेश्वरांची ही रचना अजोड अशी आहे. ज्ञानेश्वरांची वाणी सुरस असून उपमा, रूपके आणि दृष्टान्त इत्यादी अलंकारांनी परिपूर्ण अशी आहे.

ज्ञानेश्वरांनी ज्ञानेश्वरीव्यतिरिक्त अमृतानुभव, स्वात्मानुभव, पंचीकरण व पासष्टी असे मुख्यत्वे ओवीबद्ध ग्रंथ आणि भक्ती, वैराग्य व ज्ञान यांनी युक्त असे अनेक अभंग लिहिले आहेत. ज्ञानेश्वर आणि त्यांचे समकालीन अन्य मराठी संत कवी यांनी महाराष्ट्रात भागवत धर्माचा पाया रचला. ज्ञानेश्वरांनी एवढे अफाट कार्य करून वयाच्या अवघ्या २१ व्या वर्षी श्रीक्षेत्र आळंदी येथे कार्तिक वद्य अष्टमीस समाधी घेतली. ज्ञानेश्वरांचे बंधू निवृत्तीनाथ आणि सोपानदेव यांच्याही काही रचना प्रसिद्ध आहेत. मुक्ताबाईने रचलेले ताटीचे अभंग विख्यात आहेत.

नामदेव

नामदेव हा ज्ञानेश्वरांचा समकालीन. जातीचा शिंपी. पंढरपूरचा राहणारा त्याच्या वडिलांचे नाव दामा शेटी आणि आईचे नाव गोणाई असे होते. अशी एक आख्यायिका सांगतात की दामा शेटीस फार दिवस मूल नव्हते. एके दिवशी भीमा नदीच्या काठी वाळवंटात त्याला एक बारा दिवसांचा मुलगा सापडला. तो त्याने घरी आणून वाढवला आणि त्याचे नाव नामा असे ठेवले. हा उद्धवाचा अवतार होता असे म्हणतात. नामदेवाच्या बायकोचे नाव राजाई असे होते. नामदेवाने आपल्या कुटुंबातील व्यक्तीसंबंधीची माहिती एका अभंगात पुढीलप्रमाणे दिली आहे -

गोणाई राजाई दोघी सासू-सुना ।।
दामा नामा जाणा बा-लेक ।।१।।

नारा म्हादा गोंदा विठा चौघे पुत्र ।।
जन्मले पवित्र त्याचे वंशी ।।२।।
लाडाई गोडाई येसाई साकराई ।।
चौघी सुना पाहीं नामयाच्या ।।३।।
निंबाई ते लेकी नाऊबाई बहिणी ।।
वेडी पिशी जनी दासी त्याची ।।४।।
इतुक्याही जणी अभंग आरंभिले ।।
देव पूर्ण केले नामा म्हणे ।।५।।

नामदेव हा अनन्यसाधारण विठ्ठलभक्त होता. त्याने कीर्तनांमधून नाममहिमा गायिला आणि जनतेला परमार्थाचा बोध केला.

नाचूं कीर्तनाचे रंगी । ज्ञानदीप लावूं जगीं ।।

अशा ध्येयाने नामदेवाने भागवत धर्माचा प्रसार केला. ज्ञानेश्वर, निवृत्तिनाथ इत्यादी संतमंडळींबरोबर त्याने उत्तरेकडे तीर्थयात्राही केली होती. ज्ञानेश्वरांच्या समाधीनंतर नामदेव पुन्हा पंजाबात गेला. त्याने गुजरात, राजस्थान, मध्यप्रदेश, पंजाब, बिहार, इत्यादी प्रांतांत जाऊन भागवत धर्माची ध्वजा फडकवली. पंजाबमध्ये त्याचे अठरा वीस वर्षे वास्तव्य होते. शिखांच्या आदी ग्रंथात ग्रंथ साहेबात नामदेवाने रचलेली ६१ हिंदी पदे समाविष्ट केलेली आहेत. त्याने हिंदी भाषेत बरीच रचना केली आहे. ग्रंथसाहेबातील पदे 'संत नामदेवजीकी गुरुबानी' म्हणून प्रसिद्ध असून शीख धर्मीयांच्या ती नित्य पठणातही आहे. नामदेवाने आपले अखेरचे दिवस पुन्हा पंढरपुरी घालविले आणि वयाच्या ८० व्या वर्षी तेथेच आपला देह ठेवला. पंढरपूरच्या श्री विठ्ठलमंदिराच्या प्रवेशद्वारातील 'नामदेवाची पायरी' ही त्याची समाधी म्हणूनच ओळखली जाते. नामदेवाच्या अभंगात ज्ञानेश्वरांप्रमाणे काव्यकल्पनेच्या उत्तुंग भराऱ्या किंवा प्रतिभेचा विलास दिसत नाही. परंतु त्याचे अभंग उत्कट हरिभक्तीने ओतप्रोत भरलेले असे रसाळ आहेत. नामदेवाच्या समग्र अभंगांची गाथा प्रसिद्ध आहे.

याच काळात चोखोबा, सावता माळी, गोरा कुंभार, सेना न्हावी आणि जनाबाई इत्यादी संत कवी होऊन गेले. त्या सर्वांनी भक्तिपर अभंगरचना केली, ती प्रसिद्ध आहे. विठ्ठलभक्तीचा प्रचार या सर्वांनीच केला आणि भागवत धर्माला दृढता आणली.

१२९३ मध्ये अल्लाउद्दीन खिलजी याने देवगिरीवर स्वारी केली आणि

१३१८ मध्ये यादव वंशाचा अस्त झाला. महाराष्ट्रात बहामनी राजवट सुरू झाली. या मुसलमानी राजवटीचा परिणाम जनजीवनावरही झाला. धर्माच्या नावावर अत्याचार होऊ लागले. या काळात संतसाहित्याचा प्रवाह मात्र वाहत होता.

एकनाथ

एकनाथ हा ज्ञानेश्वर आणि नामदेव यांच्या नंतर झालेला मराठीतील थोर संत कवी. ज्ञानेश्वरानंतर सुमारे ३०० वर्षांनी एकनाथ झाला. हा देशस्थ ब्राह्मण गोदातीरी पैठण क्षेत्रात राहत असे. याच्या जन्मकाळाबद्दल मतभेद आहेत. नाथांच्या वडिलांचे नाव सूर्यनारायण आणि आईचे नाव रुक्मिणीबाई असे होते. नाथांच्या व्यक्तिमत्त्वात दत्तसंप्रदाय, वारकरी पंथ आणि पैठणची पंडितपरंपरा यांच्यातील वैशिष्ट्यांचा उत्कृष्ट संगम झालेला होता. त्यांचे वाङ्मयीन कार्यही फार मोठे आणि बहुविध प्रकारचे आहे.

एकनाथांच्या पत्नीचे नाव गिरिजाबाई असे होते. त्यांच्या पुत्राचे नाव हरिपंडित आणि कन्यांची नावे गोदूबाई व गंगाबाई अशी होती. एकनाथ हे मोठे परोपकारी होते. त्यांचे आचरण फार पवित्र असे. तसेच शांती, क्षमा इत्यादी गुणही त्यांच्याठायी लोकोत्तर असे होते. पितरांच्या श्राद्धासाठी केलेले अन्न, अंत्यजांस देणे, उन्हात तळमळणाऱ्या हरिजनांच्या पोरांना कडेवर घेऊन घरी पोचविणे, तहानेने व्याकुळलेल्या गाढवास कावडीतील गंगाजल पाजणे इत्यादी त्यांच्यासंबंधाच्या गोष्टींवरून त्यांच्याठायीचे साधुत्व दिसून येते. नीच मानल्या गेलेल्या जातींतील लोकांविषयीही त्यांच्या अंत:करणात प्रेमभाव होता.

एकनाथ स्वत: मोठे संस्कृत पंडित होते. परंतु मराठीच्या प्रेमाने त्यांनी मुख्यत्वे ओवीबद्ध ग्रंथ केले. शिवाय काही अभंग व पदेही रचली आहेत. नाथांची काही रचना हिंदीतही आढळते. नाथांचे गुरू जनार्दनपंत म्हणून त्यांनी आपल्या कवितेत आपले नाव एकाजनार्दन असे लिहिले आहे. एकनाथांनी ज्ञानेश्वरीच्या भिन्न भिन्न प्रती जमवून व त्यांतील पाठांतराचा विचार करून शके १५१२ त ज्ञानेश्वरीची शुद्ध प्रत तयार केली. ते एकनाथांचे फार मोठे कार्य मानले जाते. त्यांनी भागवताच्या एकादशस्कंधावरील टीका लिहिली ती 'एकनाथी भागवत' म्हणून प्रसिद्ध आहे. त्याशिवाय भावार्थ रामायण, रुक्मिणीस्वयंवर, स्वात्मसुख, चतुश्लोकी भागवत टीका, हस्तामलक आणि आनंदलहरी इत्यादी ग्रंथ लिहिले. नाथांचे अभंग, गौळणी

आणि भारुडे मराठीत फार प्रसिद्ध आहेत.

नाथांच्या समकालीन दासेपंत, रामजनार्दन व विठा रेणुकानंदन हे कवी झाले. नाथांसह या चौघांना मिळून नाथपंचायतन म्हणतात. यांनीही काव्यरचना केलेली आहे. त्याच सुमारास कृष्ण याज्ञवल्की आणि मधुकर या दोघा कवींनी 'कथाकल्पतरू' नावाचा बृहत ओवी ग्रंथ लिहिला. त्यात त्यांनी पुराणे, उपपुराणे, रामायण, महाभारत, भागवत इत्यादी ग्रंथांत विखुरलेल्या अनेक कथा मराठीत आणल्या.

अन्य भाषिक कवी

याच काळात काही ख्रिस्ती कवींनीही मराठी भाषेत काव्यरचना केली. फादर स्टीफन्स याने 'क्रिस्तपुराण' मराठीत लिहिले. १५९४ मध्ये भारतात आलेला हा पहिला ख्रिस्ती मिशनरी होय. गोव्यात राहून याने मराठी आणि कोकणी भाषांवर प्रभुत्व संपादन केले. ज्ञानेश्वर आणि अन्य संतांच्या वाङ्मयाचा अभ्यास केला आणि त्यांच्याप्रमाणेच ओवीबद्ध क्रिस्तपुराण रचले. त्याचे अनुकरण करूनच फादर पृवा या फ्रेंच मिशनऱ्याने सेंटपीटरच्या चरित्रावर 'महापुराण' नावाचा ग्रंथ रचला.

ख्रिस्ती कवींप्रमाणे या आणि पुढच्या काळातही काही मुसलमान संतांनीदेखील मराठी भाषेत काव्यरचना केली आहे. शहामुमतोजी ब्रह्मणी हा मृत्युंजय नावाने प्रसिद्ध असलेला कवी बहामनी राजघराण्यातला होता. त्याने सिद्धसंकेत प्रबंध, अनुभवसार, अद्वैतप्रकाश इत्यादी नऊ ग्रंथ लिहिले. त्याशिवाय याची काही पदे आणि अभंगरचनाही आहे. नंतर १८ व्या शतकापर्यंत अंबर हुसेन, शेख सुलतान, शेख महंमद, शहामुनी इत्यादी मुसलमान कवी महाराष्ट्रात झाले.

मुक्तेश्वर

यानंतरच्या कालखंडात मुक्तेश्वर हा मोठा कवी होऊन गेला. हा एकनाथांच्या मुलीचा मुलगा. हा जन्मतः मुका होता. परंतु नाथांच्या कृपेने त्याला वाचा फुटली अशी आख्यायिका आहे. मुक्तेश्वराने महाभारताच्या १८ पर्वांवर प्राकृत ओव्या केल्या होत्या. परंतु त्यांपैकी पहिली चार पर्वे उपलब्ध आहेत. बाकीची कोणीतरी द्वेषाने बुडविली असे म्हणतात. मुक्तेश्वराने रामायणही केले आहे. याची एकूण उपलब्ध कविता सरासरीने १७००० इतकी भरेल. मुक्तेश्र्वराच्या अंगी अव्वल दर्जाची कवित्वशक्ती होती. त्याची वर्णनशैली प्रगल्भ असून त्याच्या वाणीत माधुर्य हा गुण विशेष आहे. मराठी प्राचीन कवींमध्ये वामनपंडितशिवाय सृष्टिसौंदर्याची वर्णने विपुल आढळतात. ज्ञानेश्वरांनी काव्यात शांत रसाला आणि भक्तिरसाला प्राधान्य दिले तर मुक्तेश्वराने शृंगाररसाला प्राधान्य देऊन रचना केली. मुक्तेश्वराने भारत,

भागवत, शतमुख रावणाख्यान इत्यादी ग्रंथ रचले. हे सर्व ग्रंथ ओवीबद्ध आहेत.

तुकाराम

१७ व्या शताब्दीच्या सुरुवातीला मराठी भाषेत तुकारामाच्या अभंगवाणीचा जन्म झाला. ज्ञानेश्वरांनी भागवत धर्माचा पाया घातला तर तुकारामाने त्या मंदिरावर कळस चढविला.

'ज्ञानदेवे रचिला पाया,
तुका झालासे कळस'

तुकाराम हा पुणे जिल्ह्यातील देहू गावचा राहणारा. याच्या घरी वाण्याचा धंदा होता. तुकारामानेही काही दिवस व्यापार केला. परंतु लहानपणा पासूनच त्याचे चित्त त्यात नव्हते. त्याच्या ठायी वैराग्यबुद्धी नांदत होती. तुकाराम हा भक्तहृदयाचा संत होता. त्यामुळे त्याने व्यापाराच्या चोपड्या, खतपत्रे इत्यादी सारे इंद्रायणीत बुडवून टाकले आणि विरक्त होऊन विठ्ठलाच्या भजनी लागला. तुकारामाने प्रामुख्याने भक्ती, ज्ञान, वैराग्य आणि नीती ह्यांवर बरीच अभंगरचना केली आहे. तसेच काही आख्यानांवरही त्याने अभंग रचले आहेत. तुकारामाचे अभंग हे ज्ञानेश्वरांच्या ओवीप्रमाणेच मराठी भाषेचे भूषण मानले जाते. अत्यंत साधी-सोपी भाषा आणि व्यवहारातील दृष्टांत यांमुळे तुकारामाचे अभंग सामान्य लोकांनाही प्रिय व उदबोधक झाले आहेत. तुकारामाचे अभंग सामान्य लोकांनाही प्रिय व उदबोधक झाले आहेत. देवाच्या दर्शनासाठी आसुसलेली आपली भावना तो अशी व्यक्त करतो -

कन्या सासुऱ्यासी जाये ।। मागें परतोनि पाहे ।।१।।
तैसें झालें माझ्या जिवा । केव्हां भेटसी केशवा ।।२।।
चुकलीया माये । बाळ हुरूहुरू पाहे ।।३।।
जीवनावेगळी मासोळी । तैसा तुका तळमळी ।।४।।

रामदास

तुकारामाचे समकालीन असे दुसरे संत कवी झाले रामदास. हे जांब गावचे राहणारे. लहानपणापासूनच रामभक्ती करू लागले. प्रपंचाविषयी विरक्त भावना असल्यामुळे ते लग्नातूनच पळून गेले. रामदासांचे मूळ नाव नारायण असे होते. रामभक्तीमुळे त्यास रामदास असे म्हणू लागले. रामदासांनी नाशिकजवळ पंचवटीत राहून रामभक्ती केली. अनेक वेळा ते तीर्थयात्रा करीत सर्वत्र हिंडले. देशस्थितीचे आणि समाजाचे त्यांचे निरीक्षण अत्यंत सूक्ष्म होते. देशाची अवनती पाहून त्यांना दुःख होत असे. म्हणून शिवाजीराजांना स्वराज्यस्थापनेच्या कामात रामदासांनीही मदत केली. शिवाजीमहाराज रामदासांना आपले गुरू मानीत असत. त्यांच्याच सांगणयवरून शिवाजीने आपला झेंडा भगव्या रंगाचा ठेवला. साताऱ्याजवळ सज्जनगडावर रामदास राहत असत. त्यांनी आपला रामदासी नावाचा पंथ निर्माण केला होता. गावोगावी मारुतीची स्थापना करून लोकांना बलोपासनेचा आदेशही जाहीर केला.

रामदासांनी ओव्या, श्लोक आणि अभंग अशी पुष्कळ रचना केलेली आहे. त्यांचे स्फुट अभंग, मनाचे श्लोक, समास आत्माराम आणि दासबोध हे ग्रंथ प्रसिद्ध आहेत. रामदासांच्या रचनेची जडण घडण ओबडधोबड असली तरी त्यांचे विचार सुस्पष्ट, उत्कट आणि ओजस्वी आहेत.

समर्थ रामदास

जयरामस्वामी, रंगनाथस्वामी, आनंदमूर्ती, केशवस्वामी आणि रामदास यांचे मिळून रामदास पंचायतन होते. त्या सर्व कवींनी काव्यरचना केलेली आहे.

पंडिती काव्य

यानंतरच्या काळाला पंडित कवींचा काळ असे म्हणतात. वामन पंडित आणि मोरोपंत हे या परंपरेतले श्रेष्ठ कवी मानले जातात. वामन पंडित हा सातारा जिल्ह्यातील कोरेगाव कुमठे या गावातला राहणारा. याने काशीस

राहून शास्त्राध्ययन केले आणि वादविवाद करून पुष्कळ पंडितांस जिंकले. प्रारंभी याने संस्कृत भाषेत रचना केली. परंतु पुढे रामदास स्वामींच्या सांगण्यावरून मराठी भाषेत ग्रंथरचना केली. वामन पंडिताची रचना प्रगल्भ, गंभीर आणि रसभरित असून ती अनेक वृत्तांत आहे. याच्या रचनेत यमके फार असल्यामुळे यास रामदास 'यमक्या वामन' असे म्हणत असत. यथार्थ- दीपिका, निगमसार हे याचे प्रमुख ग्रंथ असून श्लोकबद्ध अशी चाळीस प्रकरणे वामन पंडितांनी रचलेली आहेत.

मोरोपंत हे कोल्हापूरजवळील पन्हाळा येथील राहणारे. परंतु बारामती येथे बाबूजी नाईक या जहागीरदारांकडे राहत असत. हे संस्कृत भाषेचे मोठे विद्वान पंडित होते. ते पुराण सांगत असत. मोरोपंतांचे संस्कृतप्रमाणेच मराठी भाषेवरही मोठे प्रभुत्व होते. लहानपणापासूनच त्यांना कवित्व करण्याचा छंद होता. त्यांनी संस्कृतातही काही रचना केली. परंतु मराठीत विपुल कविता लिहिली. श्लोक, साक्या आणि पदे त्यांनी रचलीच परंतु आर्याही पुष्कळ रचल्या. मराठी भाषेत मोरोपंती आर्येला एक आगळे स्थान आहे. सुश्लोक वामानाचा मशी आर्या मयूरपंतांची असे या पंडित कवीबद्दल म्हटले जाते.

मोरोपंतांची भाषा प्रौढ आणि प्रसंगी रसाळ आहे. प्रास, यमक इत्यादी शब्दालंकार आणि उपमा, रूपक, उत्प्रेक्षा इत्यादी अर्थालंकार यांनी मोरोपंतांची रचना अलंकृत झालेली आहे. मोरोपंतांनी १०८ रामायणे, भारताची १८ पर्वे आणि भागवत दशमस्कंध अशी ग्रंथरचना केली आहे. याशिवाय पुराणांतील काही आख्यानांवर आर्या आणि श्लोक रचलेले आहेत. मोरोपंतांनी रचलेली केकावली ही उत्कृष्ट काव्याचा नमुना आहे.

पंडित परंपरेतील आणखी एक प्रसिद्ध कवी म्हणजे रघुनाथ पंडित होय. या कवीने केलेला असा एकच लहानसा ग्रंथ प्रसिद्ध आहे आणि त्याचे नाव 'नल-दमयंती-स्वयंवराख्यान' असे आहे. हा संस्कृत भाषेतील नैषध काव्याच्या आधाराने केलेला आहे. हा फार सुरेख असून ह्यात यमकादी शब्दालंकार व उपमादी अर्थालंकार चांगले साधलेले आहेत. विविध प्रकारची वृत्तेही रघुनाथ पंडितांनी योजलेली आहेत. यांच्या कवितेत श्लेषरचनादेखील बरीच आढळते.

शाहिरी वाङमय

पंडित कवीनंतर मराठी भाषेत शाहिरी वाङ्मयाचा काळ येतो. शिवकालापासूनच पोवाडा हा वीररसप्रधान काव्यप्रकार मराठीत रूढ झाला होता. पोवाडा हा वीररसप्रधान आहे तर लावणी ही शृंगाररसप्रधान आहे. पेशवाईच्या काळात या दोन्ही काव्यप्रकारांना बरेच प्रोत्साहन मिळाले. पंडिती काव्य किंवा संतांचे भक्तिपर बोधकाव्य यापेक्षा

मराठी सामान्य माणसाला आपल्या भावभावना व्यक्त करणारे पोवाडा आणि लावणी हे काव्यप्रकार अधिक जवळचे वाटले. त्यामुळे बहुजन समाजात लावणी आणि पोवाडा हे काव्यप्रकार अत्यंत लोकप्रिय झाले. होनाजी बाळा, सगनभाऊ, अनंतफंदी, रामजोशी आणि प्रभाकर हे पंचशाहीर शाहिरी वाङमयात विख्यात आहेत. याच परंपरेतील पठ्ठे बापूराव हा लोकप्रिय लावणीकार होऊन गेला.

होनाजी बाळाची **'घनशाम सुंदरा श्रीधरा अरुणोदय झाला ।, उठि लवकरी वनमाळी उदयाचळी मित्र आला'**

ही भूपाळी आजही लोकप्रिय आहे.

अनंतफंदींची **'बिकट वाट वहिवाट नसावी धोपट मार्गा सोडु नको'** फटकाही असाच प्रसिद्ध आहे.

रामजोशी हा सोलापूरचा राहणारा. याने तमाशात अनेक लावण्या रचल्या. याच्या लावणीची शब्दकळा अतिशय सुंदर आहे. त्याने रचलेली 'छेकापह्नुति' प्रसिद्ध आहे. मोरोपंतांच्या उपदेशावरून याने पुढे कथाकीर्तने करण्यास सुरुवात केली. त्यावेळी याने अनेक बोधपर कविता लिहिल्या. छंदशास्त्रावर लिहिलेला 'छंदोमंजरी' नावाचा ग्रंथ राम जोशी यांनी लिहिला. या शिवाय अनेक विषयांवर लावण्याही रचल्या.

प्रभाकर शाहिराने बऱ्याच लावण्या आणि पोवाडे रचले. याने लिहिलेला लक्ष्मी-पार्वती संवाद प्रसिद्ध आहे.

या काळातच महिपती नावाच्या कवीने भक्तिविजय, संत लीलामृत, भक्त लीलामृत आणि संत विजय असे चार ग्रंथ लिहिले. त्या ग्रंथातून त्याने संतांची चरित्रे कथन केली आहेत.

श्रीधर नावाच्या कवीने हरिविजय, रामविजय, वेदांतसूर्य, पांडवप्रताप, पंढरी माहात्म्य, व्यंकटेश माहात्म्य, मल्हारी विजय व ज्ञानेश्वरचरित्र इतके ग्रंथ लिहिले. श्रीधरची रचना अत्यंत सुबोध आणि रसाळ अशी ओवीबद्ध आहे. मराठी सामान्य माणसापर्यंत श्रीधराचे काव्य पोहोचले आणि लोकप्रिय झाले.

गद्य-साहित्य

संत, पंत आणि शाहीर या कवींनी मराठी काव्य समृद्ध केले. त्याचवेळी बखरीच्या रूपाने मराठी गद्यही उदयास पावत होते. ज्योतिष, आयुर्वेद, अश्वपरीक्षा आणि शासनव्यवस्था इत्यादी विषयांवरही ग्रंथनिर्मिती झाली होती. पानिपतच्या युद्धाने मात्र महाराष्ट्राच्या समग्र जीवनालाच धक्का पोहोचला. पुढे ब्रिटिश अमदानीत आधुनिक साहित्याचा कालखंड सुरू झाला. इंग्रजी शिक्षणाची सुरुवात झाली आणि

हळूहळू ते शिक्षण घेतलेला नवीन सुशिक्षित वर्ग उदयाला येऊ लागला. यापैकीच काही लोकांनी आपल्या प्राचीन परंपरेचे पुनरुज्जीवन करण्याचा प्रयत्न केला. १८४० साली बाळशास्त्री जांभेकर यांनी 'दर्पण' नावाचे दैनिक आणि 'दिग्दर्शन' नावाची पत्रिका काढली. भाऊ महाजन यांनी 'प्रभाकर' नावाचे दैनिक काढले. विष्णुबुवा ब्रह्मचारी, लोकहितवादी, कृष्णशास्त्री चिपळूणकर इत्यादी विचारवंतांनी आपल्या गद्यलेखनाद्वारे मराठी समाजात नवविचारांच्या जागृतीचे प्रयत्न केले. लोकहितावादींची 'शतपत्रे', चिपळूणकरांची 'निबंधमाला', लोकमान्य टिळकांनी लिहिलेले 'केसरी' तील लेख, गोपाळ गणेश आगरकर यांनी लिहिलेले 'सुधारक' पत्रातील लेख इत्यादी प्रौढ प्रकारच्या निबंध वाङ्मयाने या काळात लोकजागृतीच्या दृष्टीने फार मोठे काम केले आहे. महात्मा ज्योतिबा फुले यांनी स्त्री-शिक्षण, जातिजातींमध्ये समानता, जुन्या रूढींचे उच्चाटन, दलितोद्धार इत्यादी विषयांवर कडाडून 'आसूड' ओढले. आगरकरांनीही समाजसुधारणेच्या दृष्टीने मौलिक निबंध लिहिले. इतिहासाचार्य राजवाडे आणि चिं. वि. वैद्य यांनी इतिहासाच्या क्षेत्रात संशोधनकार्य केले. न. चिं. केळकर, शि. म. परांजपे, खाडिलकर, वामन मल्हार जोशी, आचार्य शं. द. जावडेकर, तर्कतीर्थ लक्ष्मणशास्त्री जोशी, आचार्य विनोबाजी भावे, आचार्य दादा धर्माधिकारी, स्वातंत्र्यवीर सावरकर, साने गुरुजी, विठ्ठल रामजी शिंदे, वासुदेव शास्त्री खरे, श्रीधर व्यंकटेश केतकर, काकासाहेब कालेलकर, ना. ग. गोरे इत्यादी कितीतरी विचारवंतांनी सामाजिक आणि राजकीय लेखन केले आहे.

विचारगर्भ निबंधांप्रमाणेच मराठीत ललितनिबंधही अनेक लेखकांनी लिहिले आहेत. लघुनिबंध या नावाने हा प्रकार मराठीत बराच लोकप्रिय झाला आहे. वि. स. खांडेकर, ना. सी. फडके, अनंत काणेकर, वि. पां. दांडेकर, संत इत्यादी लेखकांनी हा प्रकार बराच हाताळला होता. ललित निबंधांतही दुर्गा भागवत, गो. वि. करंदीकर, ना. ग. गोरे इत्यादी लेखकांनी नवनवीन क्षितिजे शोधली आणि हा प्रकार परिपुष्ट केला.

कादंबरी

मराठीमधील पहिली कादंबरी म्हणून बाबा पदमनजी यांनी लिहिलेल्या 'यमुनापर्यटन' ह्या १८५७ साली प्रसिद्ध झालेल्या कादंबरीचे नाव घेतले जाते. हिंदू विधवांच्या समस्येचे विवेचन या कादंबरीत केले आहे. त्यानंतर हळबे आणि रिसबूड यांनी लिहिलेल्या मुक्तमाला, मंजुघोषा, रत्नप्रभा, वसंतकोकिल इत्यादी संस्कृतमधील बाणभट्टाच्या कादंबरीच्या धर्तीवर कादंबऱ्या लिहिल्या. या वाङ्मय प्रकाराला कादंबरी हा शब्दही त्यावरूनच आला. याच सुमारास गुंजीकर यांनी 'मोचनगड' नावाची

ऐतिहासिक कादंबरी लिहिली आणि ऐतिहासिक कादंबरीला सुरुवात झाली. पुढे हरि नारायण आपटे यांनी उष:काल, गड आला पण सिंह गेला, सूर्यग्रहण इत्यादी अनेक ऐतिहासिक कादंबऱ्या लिहिल्या. हरिभाऊंनी सामाजिक विषयावरही पण लक्षात कोण घेतो, मी, यशवंतराव खरे, मायेचा बाजार इत्यादी कादंबऱ्या लिहिल्या. तत्कालीन समाजस्थितीचे प्रतिबिंब त्यांनी आपल्या कादंबऱ्यांतून यथातथ्य रेखाटलेले आहे. हरिभाऊंच्या कादंबऱ्या मराठी वाचकांत अतिशय लोकप्रिय झाल्या.

वामन मल्हार जोशी यांनी रागिणी, सुशीलेचा देव आणि इंदू काळे व सरला भोळे ह्या कादंबऱ्या लिहिल्या. या कादंबऱ्या अधिक विचारप्रधान आहेत. डॉ. श्रीधर व्यंकटेश केतकर यांनीही या काळात कादंबरीलेखन केले. त्यांची ब्राह्मणकन्या ही कादंबरी बरीच गाजली होती. नाथमाधव, वि. वा. हडप, आळतेकर, तुळजापूरकर, नारायण हरी आपटे इत्यादी लेखकांनीही १९२० नंतरच्या काळात कादंबरीलेखन केले. बंगालीमधील सरस्वतीचंद्र आणि आनंदमठ ह्या कादंबऱ्यांचे अनुवादही मराठीत झाले. पुढील काळात मामा वरेरकर यांनी शरदचंद्रांच्या सर्व बंगाली कादंबऱ्यांचा मराठीत अनुवाद केला.

ना. सी. फडके, वि. स. खांडेकर, पु. ल. देशपांडे, ग. त्र्यं. मांडखोलकर इत्यादी लेखकांनी १९२५ पासूनच्या पुढील काळात मराठी कादंबरीला एक वेगळेच वळण लावले. त्यातही प्रत्येकाची शैली, भाषा, विचार, विषय हे विविध स्वरूपाचे राहिले. त्यामुळेही मराठी कादंबरीची कक्षा अधिक विस्तृत बनली.

अलीकडील काळात विश्राम बेडेकर यांनी लिहिलेली 'रणांगण', श्री. ना. पेंडसे यांनी लिहिलेली 'गारंबीचा बापू' आणि 'रथचक्र', व्यंकटेश माडगूळकर यांची 'बनगरवाडी', गो. नी. दांडेकर यांची 'शितु' आणि 'पडघवली', जयवंत दळवी यांची 'चक्र', रणजित देसाई यांची 'स्वामी' या विशेष लोकप्रिय ठरलेल्या कादंबऱ्या आहेत. याशिवाय ना. सं. इनामदार, वि. वा. शिरवाडकर, मालतीबाई बेडेकर, साने गुरुजी, मामा वरेरकर, द. र. कवठेकर, इत्यादी अनेक जुन्या आणि नव्या पिढीतील लेखकांनी विपुल असे कादंबरीलेखन केलेले आहे. पौराणिक, ऐतिहासिक, सामाजिक, राजकीय, चरित्रात्मक आणि समस्याप्रधान अशा विविध विषयांवर कादंबऱ्या लिहिल्या गेल्या आहेत. झोपडपट्टीसारख्या एका वेगळ्या आणि नवीन विषयावरही 'माहीमची खाडी', 'चक्र' इत्यादीसारख्या कादंबऱ्या लिहिल्या आहेत. विषय, शैली आणि प्रयोग ह्या सर्वच दृष्टींनी मराठी कादंबरी विकासाची वाटचाल करीत असून नवनवीत तरुण लेखकही पुढे येत आहेत.

काव्य

मराठी काव्याची परंपरा देखील अशीच विकसित झालेली आहे. आधुनिक मराठी काव्याच्या क्षेत्रात केशवसुतांनी नवीनतेची 'तुतारी' फुंकली. स्वातंत्र्य, समता आणि बंधुता या तत्त्वत्रयींचा उदघोष केला. त्यांनी 'नव्या मनूचा नवा शिपाई' मराठी रसिकांच्यापुढे उभा केला.

'मळ्यास माझ्या कुंपण पडणे
अगदी न मला साहे ।
कोण मला वठणीला आणू
शकतो ते मी पाहे ।।
हिंदुहि नाही, यवनहि नाही
न मी एक पंथाचा ।
तेच पतित की जे आखडिती
प्रदेश साकल्याचा ।।

अशा प्रकारच्या सर्व बंधनांच्या पलीकडचे एक व्यापकपण केशवसुतांनी आपल्या काव्यांतून व्यक्त केले. म्हणूनच त्यांना आधुनिक मराठी काव्याचे प्रवर्तक असे मानले जाते.

रेव्हरंड ना. वा. टिळक हे फुलामुलांचे कवी म्हणून प्रसिद्ध होते. त्यांच्या कवितेत प्रसाद, प्रेम आणि पावित्र्य हे गुण विशेषत्वाने दिसून येतात. त्यांनी बरीच कविता लिहिली. त्याशिवाय 'अभंगाजली' आणि 'ख्रिस्तायन' हे अपूर्ण स्वरूपातील महाकाव्यही लिहिले. त्यांचे 'वनवासी फूल' हे दीर्घ काव्य प्रसिद्ध आहे.

कवी विनायक यांनी राष्ट्रीय भावनेने भरलेले ओजस्वी काव्य लिहिले. त्यांच्या काळी देशात चालू असलेल्या स्वातंत्र्य लढ्याचे पडसाद 'हतभागिनी', प्रो. छत्र्यांचा 'केसरी', 'गणेशपूजा', 'सोंगटीचा खेळ' इत्यादी काव्यांत त्यांनी रूपकात्मक पद्धतीने चित्रित केलेले आहेत. त्यांनी पद्मिनी, राणी दुर्गावती, कृष्णाकुमारी, तारा इत्यादी पराक्रमी भारतीय स्त्रियांच्या जीवनावरही ओजस्वी काव्य लिहिले आहे. याच काळात माधवानुज, चंद्रशेखर, 'बी', भा. रा. तांबे, दत्त इत्यादी कवी झाले. तांबे यांनी संगीप्रधान अशी सुंदर गेय रचना मराठी कवितेला दिली. त्यांच्याच संप्रदायात पुढे कुसुमाग्रज, बा. भ. बोरकर इत्यादी नामवंत कवी झाले. गोविंदाग्रजांनी विविध प्रकारची कविता लिहिली. परंतु त्यांची प्रेमगीते विशेष प्रसिद्ध झाली. त्यांच्या प्रेमगीतांमध्ये प्रेमाचे विविध आविष्कार समर्थपणे त्यांनी शब्दबद्ध केलेले आहेत. त्यांना 'प्रेमाचे शाहीर' असे म्हटले जाई. गोंवदाग्रजांनी गूढगुंजनात्मक तसेच भक्तिप्रधान,

सृष्टिसौंदर्यविषयक, सामाजिक आणि राष्ट्रीय, विनोदी तसेच करुण अशा विविध प्रकारची कविता लिहिली. 'राजहंस माझा निजला' ही त्यांची कविता विशेष प्रसिद्ध झाली.

एकनाथ पांडुरंग रेंदाळकर यांनीही प्रेम, सृष्टी इत्यादी विषयांवर तसेच सामाजिक क्रांतीचा पुकार करणारी कविता लिहिली.

त्र्यंबक बापूजी ठोंबरे हे 'बालकवी' म्हणून मराठी काव्यक्षेत्रात प्रसिद्ध आहेत. सृष्टीचे विविध विभ्रम बालकवींनी आपल्या कवितेत अत्यंत सुललित भाषेत रंगवलेले आहेत. फुलराणी, निर्झरास, तारकांचे गाणे, अरुण, संध्या रजनी, श्रावणमास, औदुंबर इत्यादी त्यांच्या कविता विशेष प्रसिद्ध आहेत. निसर्गातील चैतन्य ओळखून त्याचे इतके जिवंत चित्रण बालकवींनी आपल्या काव्यात केले आहे की रसिक मंत्रमुग्ध होऊन जातो. बालकवींनीही अन्य विषयांवर कविता लिहिल्या आहेत. परंतु निसर्ग कवी म्हणूनच ते लोकप्रिय आहेत.

यानंतर मराठी काव्यात रविकिरण मंडळाचा काळ येतो. १९२३ च्या सुमारास रविकिरणमंडळाची स्थापना झाली. डॉ. माधवराव पटवर्धन ऊर्फ माधव ज्युलियन, कवी यशवंत, गिरीश, श्री. बा. रानडे, वि. द. घाटे, श्री. दिवाकर, द. ल. गोखले, ग. त्र्यं, माडखोलकर आणि श्रीमती मनोरमाबाई रानडे हे रविकिरण मंडळाचे सदस्य होते. काव्यचर्चा आणि काव्यलेखन या मंडळात चाले. यापैकी माधव ज्युलियन, यशवंत व गिरीश हेच प्रामुख्याने कवी म्हणून महाराष्ट्रात प्रसिद्ध झाले. माधवरावांचे विरहतरंग, सुधारक, गज्जलांजली, स्वप्नरंजन, मधुलहरी इत्यादी काव्यसंग्रह प्रसिद्ध आहेत. त्यांनी 'छंदोरचना' नावाचा छंद शास्त्रावर एक ग्रंथ लिहिला आहे. यशवंतांचे बरेच काव्यसंग्रह प्रसिद्ध आहेत. त्यांपैकी यशोधन, यशोगिरी, ओजस्विनी, पाणपोई, वाकळ हे काही आहेत. त्यांनी जयमंगला, बंदीशाळा आणि काव्यकिरीट अशी तीन खंडकाव्येही लिहिली आहेत.

कवी गोविंद आणि स्वातंत्र्यवीर वि. दा. सावरकर यांनी राष्ट्रीय आणि ऐतिहासिक स्वरूपाची ओजस्वी कविता लिहिली. 'रानफुले', 'गोमांतक' हे सावरकरांचे काव्यसंग्रह प्रसिद्ध आहेत.

साने गुरुजींनी ईशभक्तिपर आणि देशभक्तिपर अशी बरीच कविता लिहिली. 'पत्री' या नावाने त्यांच्या कवितांचा संग्रह प्रसिद्ध आहे.

तिवारी, टेकाडे, ना. के. बेहरे, ज. के. उपाध्ये इत्यादी कवींनीही या काळात कविता लिहिली. आचार्य अत्रे यांनी केशवकुमार या नावाने विविध प्रकारच्या कविता लिहिल्या. 'गीतगंगा' हा त्यांचा कवितासंग्रह प्रसिद्ध आहे. परंतु अनेक समकालीन

कवींच्या काव्यशैलीचे अत्यंत सरस असे विडंबन त्यांनी केले आणि ते फार लोकप्रिय झाले. त्यांच्या विडंबनकाव्याचा संग्रह 'झेंडूची फुले' या नावाने प्रसिद्ध आहे.

यापुढील काळात अनिल, सोपानादेव चौधरी, संजीवनी, ना. घ. देशपांडे, बा. भ. बोरकर, कुसुमाग्रज, वा. रा. कांत, कृ. ब. निकुंब, श्रीकृष्ण पोवळे, पद्मा, इंदिरा, शांता शेळके, मनमोहन, ग. दि. माडगूळकर, इत्यादी अनेक कवी झाले. बा. सी. मर्ढेकर यांना मराठीतील नवकाव्याचे प्रवर्तक म्हटले जाते यांच्यापासून नवकाव्याची एक परंपरा मराठीत रूढ झाली. 'काही कविता' या नावाने त्यांच्या नवकवितांचा संग्रह प्रसिद्ध आहे. शरदचंद्र मुक्तिबोध, पु. शि. रेगे, विंदा करंदीकर, मंगेश पाडगावकर, वसंत बापट इत्यादी कवींनी सरस अशी काव्यरचना करून मराठी काव्य समृद्ध केले आहे. दिलीप पुरुषोत्तम चित्रे, नारायण सुर्वे, आरती प्रभु इत्यादी अनेक तरुण कवींनी नव्या जोमाने काव्यलेखन केले.

नाटक

मराठी रंगभूमीला समृद्ध असा प्राचीन इतिहास आहे. विष्णुदास भावे यांना मराठी नाटकाचे जनक मानले जाते. त्यांच्यानंतर किर्लोस्कर, देवल, कोल्हटकर, खाडिलकर आणि गडकरी हे प्रथमश्रेणीचे नाटककार म्हणून गाजले. किर्लोस्करांनी लिहिलेली शाकुंतल, सौभद्र ही संगीत नाटके फार लोकप्रिय ठरली. संगीत सौभद्राचे प्रयोग अद्यापही होतात. मराठी रंगभूमीवर संगीताची परंपरा किर्लोस्कर, देवल, खाडिलकर या नाटककारांनी निर्माण केली. देवलांनी बरची नाटके लिहिली परंतु त्यांची शारदा आणि संशयकल्लोळी ही नाटके फारच लोकप्रिय झली. बालविवाहासारखा प्रश्न देवलांनी 'शारदा' नाटकात मांडला. संशयकल्लोळ हे विनोदप्रधान असे प्रसन्न नाटक आहे. खाडिलकरांची नाट्यसृष्टी बरची समृद्ध आहे. सवाई माधवरावांचा मृत्यू, भाऊबंदकी, सत्वपरीक्षा, द्रौपदी, सावित्री इत्यादी अनेक नाटके त्यांनी लिहिली. परंतु त्यांचे संगीत मानापमान, संगीत विद्याहरण, संगीत स्वयंवर ही नाटके

विशेष लोकप्रिय ठरली. कीचकवध नाटकाद्वारे त्यांनी येथील तत्कालीन क्रूर ब्रिटिश साम्राज्यवादाचे चित्रण केले होते. राम गणेश गडकरी यांनी ४-५ नाटके लिहिली. विषय, मांडणी आणि भाषा या दृष्टीने ती श्रेष्ठ अशी ठरली. एकच प्याला, भावबंधन, प्रेमसंन्यास, पुण्यप्रभाव ही त्यांची नाटके रसिकप्रिय झाली. पुढील काळात मामा वरेरकर, प्र. के. अत्रे, मो. ग. रांगणेकर इत्यादी प्रसिद्ध नाटककार झाले. विषय आणि नाट्यतंत्र या बाबतीत बरीच नवीनता आली. अत्र्यांनी विनोदी नाटके लिहून मराठी रंगभूमीला हसायला लावले. 'साष्टांग नमस्कार', 'भ्रमाचा भोपळा', 'लग्नाची बेडी', 'तो मी नव्हेच' इत्यादी त्यांची नाटके फार लोकप्रिय झाली. अलीकडच्या काळात वसंत कानेटकर, वि. वा. शिरवाडकर, विजय तेंडुलकर, पु. ल. देशपांडे, चिं. त्र्यं. खानोलकर इत्यादी प्रतिभासंपन्न नाटककारांनी उत्कृष्ट नाटके लिहून मराठी नाटकांची परंपरा समृद्ध केली आहे. नाट्यलेखनात तसेच नाट्यक्षेत्रातही नवनवीन प्रयोग केले जात आहेत.

साने गुरुजी

कथा

मराठी कथा साहित्यही असेच समृद्ध आहे. वि. स. खांडेकर, ना. सी. फडके, य. गो. जोशी, न. चि. केळकर, वा. म. जोशी इत्यांदीनी मराठीतील कथासाहित्य पुष्ट केले आहे. लघुकथा या नावाने हा वाङ्मयप्रकार मराठीत बराच लोकप्रिय आहे. मधल्या काळात प्रभाकर पाध्ये, ना. ग. गोरे, वामन चोरघडे, मालतीबाई बेडेकर, कुसुमावती देशपांडे, वि. वि. बोकील इत्यादी कथाकारांनी विविध प्रकारच्या लघुकथा लिहिल्या. यांचे कथासंग्रहही प्रसिद्ध आहेत. त्यानंतर गंगाधर गाडगीळ, अरविंद गोखले, पु. भा. भावे आणि व्यंकटेश माडगूळकर हे मराठीतील नवकथाकार म्हणून प्रसिद्धीस आले. विषय आणि तंत्र या दृष्टीने या कथाकारांनी मराठी लघुकथेला एक वेगळेच वळण दिले. ती वाचनीय आणि आशयसंपन्नही बनवली. गोखले, गाडगीळांनी मनोविश्लेषणात्मक कथा लिहिल्या तर व्यंकटेश माडगूळकरांनी आपल्या कथांमधून ग्रामीण जीवन चित्रित केले. माणदेशी

माणसांच्या रूपाने त्यांनी ठसठशीत असे व्यक्तिचित्रण मराठी कथेत आणले. त्या नंतरच्या काळात द. मा. मिरासदार, शंकर पाटील, श्री. ज. जोशी, चिं. त्र्यं. खानोलकर, जयवंत दळवी, मधु मंगेश कर्णिक, जी. ए. कुलकर्णी, ए. व्ही. जोशी इत्यादी अनेक कथाकार प्रसिद्धीस आले. मराठी कथेतही नवे विषय नव्या तंत्राने हाताळले जात आहेत.

चरित्र आणि आत्मचरित्र तसेच वैचारिक स्वरूपाचे साहित्य, राजकीय स्वरूपाचे साहित्य, इतिहास, साहित्यसमीक्षा इत्यादी वाङ्मयाच्या विविध क्षेत्रांतही मराठी साहित्य समृद्ध आहे.

लोकमान्य टिळक, आगरकर, चिपळूणकर, न. चिं. केळकर, शि. म. परांजपे, काकासाहेब खाडिलकर, साने गुरुजी इत्यादी पत्रकारांनी मराठी पत्रसृष्टीत एक तेजस्वी परंपराच निर्माण केली आहे. आजही मराठीत अनेक दैनिके, साप्ताहिके, मासिके प्रसिद्ध होत आहेत. मराठी साहित्याच्या आणि भाषेच्या समृद्धीला या नियतकालिकांनीही मोठाच हातभार लावलेला आहे. शिक्षणाचे क्षेत्र जसजसे विस्तृत होत आहे तसतसा मराठी वाचकही वाढत आहे.

मराठीतील बालवाङ्मयाचे दालनही बहारदार आहे. जुन्या पिढीत विनायक कोंडदेव ओक यांनी 'बालमित्र' मासिक काढले आणि अनेक वर्षे चालविले. वा. गो. आपटे यांचा 'आनंद' फारच बालप्रिय ठरला. ओक, आपटे यांनी पुष्कळच बोधपर छोटी छोटी पुस्तके मुलांसाठी लिहिली. बालकवी, दत्त इत्यादी कवींनीही चांगली बालगीते लिहिली. वा. गो. मायदेव यांनी तर मुलांसाठी पुष्कळ विविध प्रकारची गीते, अभिनयगीते लिहिली. गोपीनाथ तळवलकर, श्री. बा. रानडे यांनी कथाकविता लिहिल्या. साने गुरुजींची बालसृष्टी तर अत्यंत समृद्ध, विपुल आहे. त्यांच्या गोड गोष्टींनी मराठी मुलांना वेड लावले. आवडत्या गोष्टी, श्यामची आई, श्याम, विश्राम इत्यादी कथासाहित्य व 'सुंदर पत्रे' हे रमणीय उदबोधक पत्रसाहित्य म्हणजे गुरुजींनी मराठी मुलांना दिलेला अपूर्व असा मेवाच आहे.

वामनराव चोरघडे यांची 'चंपावती', 'भाग्यवती' इत्यादी गोष्टींची पुस्तके अशीच सुंदर आहेत. भा. रा. भागवत यांनी ज्यूलव्हर्नची अदभुत सृष्टी मराठीत आणली आहे. त्यांचा फास्टर फेणे मुलांचा दोस्त बनला आहे. ताम्हणकरांचा 'गोट्या' असाच मुलांचा आवडता आहे. सुधाकर प्रभू, देवळे, यदुनाथ थत्ते, देवीदास बागूल, सुमती पायगावकर, राजा मंगळवेढेकर, लीलाधर हेगडे इत्यादींनी कथाकादंबऱ्या लिहिल्या आहेत, तर रत्नाकर मतकरी, विजय तेंडूलकर, सई परांजपे, आदींनी उत्कृष्ट नाटुकली लिहिली आहेत.

बालकाव्याचा प्रांत तर फारच भरगच्च आहे. विंदा करंदीकर, सरिता पदकी, ग. दि. माडगूळकर, राजा मंगळवेढेकर, शांता शेळके, लीलावती भागवत, इत्यादींनी अनेक प्रकारची मजेदार कल्पनारम्य, चमत्कृतिपूर्ण बालगीते लिहिली आहेत.

पशू, पक्षी, वृक्ष इत्यादी मानवेतर सृष्टीवर, तसेच छंद, खेळ इत्यादी बालांच्या आवडत्या प्रवृत्तींवरही विविध प्रकारची सुंदर सुंदर पुस्तके आहेत.

★★★

५. कलाप्रिय महाराष्ट्र

मराठी माणूस हा जरी त्याच्या प्रदेशाप्रमाणे कणखर, शूर आणि रांगडा असला तरी तो वृत्तीने रसिक आहे; कलाप्रिय आहे. संगीत, नृत्य, नाट्य आदी ललितकलांना त्याच्या जीवनात श्रेष्ठ स्थान आहे.

संगीत

महाराष्ट्राला संगीताची फार मोठी प्राचीन परंपरा उपलब्ध आहे. 'संगीत रत्नाकर' नावाचा संगीतशास्त्रावरचा सर्व भारतात प्रमाणभूत मानला जाणारा ग्रंथ देवगिरी येथे तेराव्या शतकात शारंगदेव या संगीतकाराने लिहिला. संगीत रत्नाकारात त्याकाळी प्रचलित असलेल्या संगीतशास्त्राचे विस्तृत विवेचन केलेले आहे. त्यात ओवी, ढवळे इत्यादी मराठी संगीत प्रबंधांचा उल्लेख आढळतो. रामदेवराव यादवाच्या दरबारात गोपाळ नायक नावाचा फार मोठा संगीतज्ञ झाला होता. यादवांचा पाडाव केल्यावर अल्लाउद्दीन खिलजीने गोपाळ नायकाला आपल्या बरोबर दिल्लीच्या दरबारात नेले. गोपाळ गायकाच्या मार्फत महाराष्ट्राची संगीतकला दिल्लीला पोहोचली. अमीर खुसरूव या कलाकाराने गोपाल नायकाकडून ही संगीतकला शिकून घेतली आणि त्या गायकीत पुढे फेरफार करून ख्याल गायकी सुरू केली. त्याकाळी ख्याल गायकी फारशी लोकप्रिय झाली नाही. परंतु पुढे अठराव्या शतकात ती फारच रसिकमान्य झाली. त्यापूर्वीच्या काळात संगीत रत्नाकरातली प्रबंध गायकी रसिकांना प्रिय होती. ध्रुपद गायन हा प्रबंध गायकीचाच पर्याय पुढे प्रचारात आला आणि लोकप्रिय झाला.

महानुभाव संत दामोदर पंडित याने हिंदी भाषेत रागातालत कितीतरी हिंदी पदे बांधली होती. सोळाव्या शतकाच्या उत्तरार्धात दासोपंत कवींनी पुष्कळ रागबद्ध पदे रचली असून त्यांतील राग हिंदुस्थानी व दाक्षिणात्य संगीतपद्धतीत प्रचलित

वाघ्या मुरळी

आहेत. त्याच शतकात होऊन गेलेला पुंडलिक विठ्ठल याने षडराग चंद्रोदय, रागमाला, रागमंजिरी आणि नर्तननिर्णय हे चार ग्रंथ रचले. संत एकनाथांनी निरनिराळ्या चालीत पुष्कळ पदे रचली आहेत. ती लोकप्रिय आहेत. कर्नाटकात तंजावर येथे मराठ्यांचे राज्य प्रस्थापित झाल्यावर मराठी गायकीचा प्रसार तिकडे पुष्कळ झाला. मराठी हरिदासी कीर्तनपरंपरेचा प्रभाव दाक्षिणात्य संगीतावर पडला. शिवकालापासून पेशवाईच्या अंतापर्यंत हरिदास, ध्रुपदिये, मृदंगवाद इत्यादी संगीतकारांची अनेक घराणी प्रसिद्धी पावली. अलीकडच्या काळात संगीताचे शास्त्रीय-शिक्षण देणाऱ्या अनेक संस्था महाराष्ट्रात निघाल्या. संगीतावर पुष्कळ पुस्तकेही लिहिली गेली. नियतकालिकातून संगीताचे रसग्रहण करणारे लेखही लिहिले जाऊ लागले. पंडित विष्णु दिगंबर पलुस्कर हे महाराष्ट्रातले थोर गानतपस्वी अखिल भारतात प्रसिद्ध झाले. त्यांनी गांधर्व महाविद्यालयाची स्थापना केली आणि शास्त्रीय संगीताचा प्रचार केला. पंडित भातखंडे हेही मोठे संगीतज्ञ होऊन गेले. त्यांनी संस्कृत व इतर भाषांतील अनेक ग्रंथांचे अध्ययन करून आपली एक संगीतपद्धती तयार केली आणि 'लक्ष्यसंगीत' नावाचा ग्रंथ रचला. 'हिंदुस्थानी संगीत पद्धती' नावाचाही ग्रंथ त्यांनी लिहिला. हा त्याचा ग्रंथ सर्व भारतात अलौकिक मानला जातो. संगीताचे शास्त्रीय लेखन भातखंडे यांनीच सुरू केले आणि शास्त्रीय संगीताला नवीन वळण लावले. महाराष्ट्रात अखिल भारतीय कीर्ती प्राप्त झालेले कितीतरी संगीतकार झाले, आजही

आहेत. भास्करबुवा बखले, रामकृष्णबुवा वझे, अब्दुल करीमखाँ, अल्लादियाँ खाँ, विनायकबुवा पटवर्धन इत्यादी गायकांनी फार मोठी कीर्ती मिळविली.

संगीतक्षेत्रात ग्वाल्हेर, जयपूर, आग्रा व किराणा या नावाने शास्त्रीय संगीताचे जे प्रमुख संप्रदाय प्रसिद्ध आहेत, त्यांची वाढ महाराष्ट्रात विशेष झाली आहे. मिराशीबुवा, मास्तर कृष्णराव, निवृत्तीबुवा सरनाईक, अंजनीबाई मालपेकर, हिराबाई बडोदेकर, केसरबाई केरकर, मोघूबाई कुर्डीकर, ज्योत्सना भोळे, माणिक वर्मा, भीमसेन जोशी, कुमार गंधर्व, गंगूबाई हनगल, वसंतराव देशपांडे, जितेंद्र अभिषेकी आदी किती तरी गायक आणि गायिका या क्षेत्रात विख्यात आहेत.

मराठी रंगभूमीवर नाट्यसंगीताची एक आगळी परंपरा रूढ झालेली आहे. अण्णासाहेब किर्लोस्कर, गोविंद बल्लाळ देवल, काकासाहेब खाडिलकर या नाटककारांनी संगीत प्रधान नाटके लिहिली आणि भाऊराव कोल्हटकर, बालगंधर्व, केशवराव भोसले, बापूराव पेंढारकर, मास्टर दीनानाथ, छोटा गंधर्व, ज्योत्सना भोळे इत्यादी अनेक गायक अभिनेत्यांनी मराठी नाट्यसंगीत लोकप्रिय केले आहे.

रंगभूमीप्रमाणेच मराठी चित्रपटांनी आणि भावगीत गायकांनी देखील मराठी संगीत लोकप्रिय केले आहे.

मराठी पोवाडा आणि लावणी हा महाराष्ट्राच्या ग्रामीण भागातील आवडता संगीत प्रकार आहे. या प्रकाराला डफ-तुणतुण्याची साथ असते. भजन हा भक्तिमार्गी संप्रदायातील लोकप्रिय संगीतप्रकार आहे. एकतारी आणि चिपळ्या यांच्या साथीवर एखादा भक्त भजन गातो किंवा टाळ मृदंगाच्या तालावर अनेक भजनी मंडळी भजने गातात. ज्ञानेश्वर, नामदेव, तुकाराम इत्यादी साधुसंतांच्या अभंगरचना भजनांत गायल्या जातात.

नृत्य

महाराष्ट्राला त्याचे असे शास्त्रीय नृत्य नाही. मात्र लोकनृत्ये पुष्कळ आहेत. ही लोकनृत्ये प्रामुख्याने आदिवासी लोकांची आहेत. भिल्ल, कातकरी, वारली, गोंड, ठाकूर, माडिया, कोरकू, बंजारा इत्यादी जातिजमातींची विविधप्रकारची नृत्ये असतात. जन्म, लग्न, सण, उत्सव अशा आनंदाच्या प्रसंगी नृत्य करण्याची प्रथा या लोकांत आहे. भडक वेशभूषा, कडक वाद्ये आणि गतिमान हालचाली ही या नृत्याची वैशिष्ट्ये असतात. वारल्यांचा तारपे नाच, गौरी नाच, घोर नाच ही नृत्ये उल्लेखनीय आहेत. गोंडांची नृत्ये अधिक कलात्मक असतात. नृत्याला लोकगीतांची साथ असते. शिमग्याच्यावेळी कोकणात समुद्रकाठी कोळी लोकांच्या नाचाला बहर आलेला असतो. त्यांच्यात 'नकटा' हे नृत्य करतात. या नृत्यात कोळी, कोळीण

आणि नकटा अशी तीन पात्रे असतात. नकट्याचा अभिनय करणाऱ्या व्यक्तीने नकट्या माणसाचा मुखवटा घातलेला असतो आणि नृत्यामध्ये त्याला महत्त्वाचे स्थान असते. या नृत्याला गीताची साथ असते. गाण्यातील अर्थानुसार नकटा हावभाव करीत असतो. या नाचातील एक गाणे असे -

उंबराखाली खतला डुऱ्या हो ।
गुरुच्या सत्वाने लागला झरा हो ।
उठा उठा पंतोजी आंघोळी करा हो
आंघोळी करताना देखला मासा हो ।
जानव तोडून टाकला फासा हो ।
त्यात गुतलाय मल्या मासा हो ।
हातात फासा डोईवर मासा हो ।
फेंगडा वामन चालतो कसा हो ।
दे गो बामणी मिऱ्याचा पसा हो ।
त्याचा रस्सा गोड झालाय कसा हो ।
कांडुन कुटून कोळणीच्या हवाली -
कोळणीन केलय आंबट फट् ।

टिपरी, किंडी, दहीकाला इत्यादी नृत्ये त्या त्या प्रसंगाच्यावेळी करतात. भाद्रपदात गौरी-गणपतीचा नाच केला जातो. काठखेळ नावाचे टिपरीसारखेच एक नृत्य शिमग्याच्या वेळी काही ठिकाणी करतात. सातारा, सांगली आणि माणदेशात पुरुषांचे गजेनृत्य फार प्रसिद्ध आहे. एका मोठ्या ढोलाच्या तालावर नर्तक हातातील रंगीबेरंगी रुमाल उडवत नाचतात. नाचता नाचता बैठक मारतात. अधून मधून आरोळ्या ठोकतात. झांज आणि सनई यांचीही साथ या नृत्याला असते. धनगर जमातीमध्ये धनगरनृत्य प्रचलित आहे. कृष्णभक्तांमध्ये राधाकृष्ण नृत्य करण्याची प्रथा आहे.

कीर्तन

भगवत भक्तीचा कीर्तन हा खास महाराष्ट्रीय प्रकार आहे. नवविधा भक्तींपैकी कीर्तन हा दुसरा प्रकार मानलेला आहे. ईश्वराच्या मंगलमय लीला ज्यात वर्णिल्या आहेत अशा कथा सांगणे, भगवत चरित्र पठण करणे आणि भगवंताचे नामसंकीर्तन करणे या गोष्टींचा अंतर्भाव कीर्तनात होतो. ईश्वराचे चरित्रकथन आणि गुणगान हे

जरी कीर्तनाचे मुख्य अंग असले, तरी त्या अनुरोधाने लोकांना सन्मार्गाचा उपदेश करणे हाही कीर्तनाचा एक हेतू असतो. कीर्तन बहुधा देवळात करतात. कीर्तनकाराला हरिदास किंवा कथेकरीबुवा म्हणतात. तो अंगात पांढराशुभ्र पायघोळ अंगरखा घालून वर उपरणे घेतो. डोक्याला पगडी किंवा पागोटे बांधतो. हातात चिपळ्या असतात. कीर्तनाला तबला पेटीची साथ असते. मागे साथीदार उभा असतो. हरिदासाने सुरू केलेले पद तो म्हणतो. हरिदास हा बहुश्रुत आणि बहुगुणी असतो. तो गातो, अभिनय करतो, नृत्यही करतो. विषयाच्या ओघात अनेक प्रासंगिक कथा सांगतो. चालू परिस्थितीवर तो टीकाटिप्पणही करतो. महाराष्ट्रात ही कीर्तनपरंपरा मोठी असून अनेक नामांकित कीर्तनकार या परंपरेत झाले आहेत. अनंत फंदी आणि राम जोशी या शाहिरांनी देखील शेवटी कीर्तनकाराचा पेशा पत्करला.

नाटक

नाटक हे मराठी माणसाचे अत्यंत आवडते असे करमणुकीचे साधन आहे. मराठी रंगभूमी १९ व्या शतकात उदयाला आली. सीतास्वयंवर या विष्णुदास भावे यांनी लिहिलेल्या नाटकाचा पहिला प्रयोग सांगली येथे १८४३ मध्ये झाला. प्रारंभीच्या काळात पौराणिक आख्यानांवर आधारलेली नाटके रंगभूमीवर खेळली जात असत. कथेतील प्रसंगाच्या अनुरोधाने नाटकातील संवाद ती पात्रे तिथल्या तिथे जुळवून बोलत असत. अखेरीस कीर्तनाप्रमाणे आरती वगैरे होऊन खेळ संपत असे. नाटकातील एकंदर रांगडेपणा आणि युद्धप्रसंगी होणारा आरडाओरडा विष्णुदासी पद्धतीच्या नाटकांना अलल डुर्रं किंवा तागडथोम नाटके असे नाव मिळाले होते. तेथून पुढे मराठी रंगभूमीचा विकास अतिशय कौतुकास्पद रीतीने झालेला आहे. मराठीत उत्कृष्ट नाटककार तसेच नामांकित नटही लाभले आहेत. अलीकडे नाट्यलेखनाचे आणि प्रयोगाचे एक असे बांधीव तंत्र राहिले नसून तिच्यात बरीच प्रयोगक्षमता आलेली आहे. परंतु जुन्या नाटकांची सुरुवात नांदीपासून होत असे आणि अखेर भरतवाक्याने होत असे. नाटकाच्या सुरुवातीला सूत्रधार इष्टदेवतेचे स्मरण नांदीच्या रूपाने करीत असे. या नांदीनंतर सूत्रधार नटीला आजच्या नाट्यप्रयोगाविषयी कल्पना देत असे. नाटकाच्या प्रयोगाचा हा प्रस्तावच असे. काही मराठी नाटकांतील नांदी ही बरीच लोकप्रिय ठरलेली आहे. अशाच एका नांदीचा हा नमुना -

नमन नटवरा विस्मयकारा । आत्मविरोधी
कुतूहलधरा ।।धृ।।
विवाह करुनी मदन जाळिला । मन मदनमित्र
इंदु सेविला ।।

धनवैरागी द्यूत खेळला । गौरीचा तो
अंकित झाला ।
परमेशाच्या ऐशा लीला । कविकृष्ण गात
विस्मयकारा ।।१।।

नांदी व सूत्रधाराची कल्पना संस्कृत नाटकांवरून मराठी नाटकाने घेतलेली आहे. धार्मिक सण, उत्सव याप्रसंगी आणि विद्यालयांमधून स्नेहसंमेलनासारख्या प्रसंगी नाटके करण्याची प्रथा आहे. महाराष्ट्र शासनाने मराठी नाट्यकलेला सर्वपरीने उत्तेजन दिले असून दरवर्षी ठिकठिकाणी नाट्यमहोत्सवाचे आयोजनही केले जाते. यामधून नवे नाटककार आणि अभिनेते उदयाला येत आहेत. नाट्य शिक्षणाची योजनाही कार्यान्वित झालेली आहे. मराठी नाटक हे महाराष्ट्राचे एक भूषण ठरावे.

दशावतार

हा एक लोकनाट्याचा प्रकार असून दशावतारी खेळ हे प्रामुख्याने कोकण भागात अतिशय लोकप्रिय आहेत. त्या खेळात विष्णूच्या दहा अवतारांचे नाट्यरूप दर्शन घडवले जाते. ग्रामदेवतांच्या उत्सवात गावोगावी दशावताराचे खेळ होतात. या उत्सवाचा हंगाम कार्तिकी पौर्णिमेपासून चैत्र महिन्यापर्यंत असतो. हे खेळ करणारे खेळे बहुधा देवळी जातीचे असतात. ग्रामदेवतांच्या उपासकांपैकी लिंगायत आणि गुरव हे देखील दशावतारी खेळ करतात. त्यांना दशांत्री असे म्हणतात. या खेळांतील संवाद पाठ केलेले नसतात. सूत्रधार कथासूत्र पद्यात चालू ठेवतो आणि पात्रे कथेच्या अनुरोधाने बोलतात. खेळाला मृदंग व पेटी यांची साथ असते. ग्रामदेवतेच्या मंदिरासमोर उघड्यावर हे खेळ चालतात. मोठा मांडवही घालतात. रंगभूमी म्हणून एक चौफळा ठेवतात आणि त्यापुढे नृत्यासाठी थोडी जागा मोकळी ठेवतात. प्रारंभी सूत्रधार गणपतीचे आणि सरस्वतीचे स्तवन करतो. मग ऋद्धिसिद्धीसह गणपती प्रवेश करतो. पुजारी येऊन त्याची पूजा करतो. कंबरेला लाकडी मोर बांधलेली सरस्वती येते आणि नृत्य करते. नंतर सूत्रधाराला आशीर्वाद देऊन देव जातात आणि खेळाला सुरुवात होते. ९-१० च्या सुमारास सुरू झालेले दशावतारी खेळ उजाडेपर्यंत चालतात.

तमाशा

महाराष्ट्रातील हा एक लोकप्रिय असा लोकनाट्याचा प्रकार आहे. तमाशाचा खेळ करणाऱ्यांना तमासगीर म्हणतात. ७-८ तमासगिरांच्या संचाला फड म्हणतात. फडाच्या मुख्याला सरदार किंवा नाईक म्हणतात. तमाशातील सूत्रधार हाच असतो.

लोकनाट्य - तमाशा

नायिकेची भूमिका करणाऱ्या नृत्यकुशल स्त्रीवेषधारी नटाला नाच्या म्हणतात आणि ती स्त्री असेल तर नाची म्हणतात. शब्दांवर कोट्या करून, वेडेवाकडे अंगविक्षेप करून आणि प्रसंगी अचकट विचकट बोलून हास्यनिर्मिती करणाऱ्या पात्राला सोंगाड्या म्हणतात. संस्कृत नाटकात जसा विदूषक तसा तमाशातील हा सोंगाड्या. हा विनोदबुद्धी असलेला आणि हजरजबाबी असतो. तमाशाला ढोलकी आणि तुणतुणे, झांज आणि ट्रँगल अशा वाद्यांची साथ असते. मागे राहून जी जी जी म्हणत सूर ओढणाऱ्या साथीदारांना सुर्ते किंवा झीलकरी असे म्हणतात. या सगळ्यांचा मिळून फड होतो. उघड्या पारावर तमाशाचा खेळ उभा राहू शकतो. त्याला रंगमंचाची अथवा पडदे वगैरे नेपथ्याची आवश्यकता नसते. शृंगारप्रधान लावण्या म्हणणे आणि त्यांच्या अनुषंगाने शृंगार हास्यात्मक अशी करमणूक करणे हे तमाशाचे स्थूल स्वरूप आहे. गण, गौळण आणि वग अशी आजच्या तमाशाची तीन अंगे आहेत. अलीकडे तमाशाला लोकनाट्य असे म्हटले जाऊ लागले आहे. तमाशाचा प्रारंभ गणाने होतो. ढोलकी तुणतुण्याचा तोडा झाल्यावर गणपतीचे स्तवन केले जाते. प्रभाकर शाहिराने रचलेला गण प्रसिद्ध आहे-

रंगराज आज महाराज गणपती ।।धृ०।।
एकदंत वक्रतुंड ।
हास्यवदन सरळ शुंड ।

फरशांकुश करि प्रचंड ।
दुर्वांकुर गंडस्थळिं दिव्य मिरवती ।।

गणेशस्तुती झाल्यानंतर गौळणीचा प्रवेश येतो. गोपी, कृष्ण आणि पेंद्या यांच्यातील विनोद संवाद त्यावेळी हास्यरस उत्पन्न करतात. नंतर गोपी गौळण म्हणतात. गौळण हा मराठी गीतप्रकार असून यात कृष्णाच्या लीला वर्णिलेल्या असतात. या गौळणी दही दुधाची विक्री करण्यासाठी बाजाराला चाललेल्या असतात आणि कृष्णाने त्यांची वाट अडवलेली असते. तेव्हा त्या त्याला विनवत असतात -

श्रीरंगा कमलाकांता, हरि पदरातें सोड ।।
व्रजललना नारी । जात असो की, बाजारी...

गौळणीनंतर वगाला सुरुवात होते. एखादी कथा नाटकाप्रमाणेच सादर केली जाते. कथाप्रसंगातील दुवे तमासगीर तुकड्या तुकड्यांनी ढोलकी तुणतुण्यांच्या साथीवर गात असतात. अलीकडे जुन्या पारंपरिक तमाशाचे स्वरूप पुष्कळच बदलून गेलेले आहे.

चित्र

महाराष्ट्रीय चित्रकलेचा आविष्कार अजंठ्याच्या लेण्यांतील भित्तिचित्रांत पाहण्यास मिळतो. सुमारे १५०० वर्षांपूर्वीची ही चित्रे आहेत. जुन्या पोथ्यांवर पौराणिक प्रसंगाची चित्रे रेखाटलेली आढळतात. अजंठ्याव्यतिरिक्त महाराष्ट्राची अशी खास चित्रशैली नाही. परंतु अजंठा शैलीचा प्रभाव अन्य प्रदेशीय चित्रकलेवरही झालेला आहे. व्यक्तिचित्रे, निसर्गचित्रे, प्रसंगचित्रे रेखाटण्याची फार मोठी परंपरा महाराष्ट्रात आहे. बाबूराव पेंटर, हळदणकर, सातवळेकर, बेंद्रे, दलाल, मुळगावकर, माळी इत्यादी प्रख्यात चित्रकार महाराष्ट्रात झाले. प्रत्येकाची शैली आणि अभिव्यक्तीची पद्धती ही भिन्न भिन्न आहे. नवचित्रकलेचाही प्रसार महाराष्ट्रात पुष्कळच झालेला आहे. पुणे, मुंबईसारख्या शहरांमधून विविध चित्रकारांची चित्रप्रदर्शने भरवली जातात. निरनिराळ्या नियतकालिकांतूनही चित्रकलेला प्रोत्साहन दिले जाते.

शिल्प

महाराष्ट्रात वेरूळ, अजंठा, कार्ले, भाजे, नाशिक, कान्हेरी, जोगेश्वरी आणि घारापुरी येथील डोंगरांत खोदलेली लेणी प्रसिद्धच आहेत. यांपैकी वेरूळ आणि अजंठा ही शिल्पकलेच्या क्षेत्रातील विश्वविख्यात अशी ठिकाणे आहेत. वेरूळ येथील कैलास लेणे म्हणजे शिल्पकलेतील अजोड असे कलारत्नच होय. शुचिता,

कैलास लेणे - वेरूळ

भव्यता आणि उदात्तता यांचे मनोहर चित्रण या लेण्यांत झाले आहे. हे शिल्पकाम राष्ट्रकूट राजा कृष्णराज याच्या कारकिर्दीत झाले. याठिकाणी ब्राह्मणी, बौद्ध आणि जैन अशा तिन्ही पंथांची लेणी आहेत. अजंठा येथील लेणी दुसऱ्या शतकापासून आठव्या शतकापर्यंतच्या काळात निर्माण झालेली आहेत. ही बौद्ध लेणी असून बुद्धाच्या प्रचंड मूर्ती येथे आहेत. तसेच बुद्ध चरित्रातील आणि जातक कथेतील अनेक प्रसंगांची चित्रे येथील भिंतीवर चितारलेली आहेत. लेण्यातील खांबांवरील आणि छतावरील नक्षीकाम आणि चित्रकारी अपूर्व अशी आहे. घारापुरीच्या लेण्यांतील त्रिमूर्ती हे प्रख्यात लेणे असून भव्यता आणि सुबकपणा या दृष्टीने प्रेक्षणीय आहे.

या लेण्यांशिवाय महाराष्ट्रात नाशिक येथील नारोशंकराचे देऊळ, सिन्नर येथील गोदेश्वराचे देऊळ, अंबरनाथ येथील शिवमंदिर ही देवळे शिल्पकलेच्या दृष्टीने सुंदर आहेत.

सिंहगड, प्रतापगड, रायगड, शिवनेरी इत्यादी किल्ले हे महाराष्ट्राचे स्थापत्य कलेतील एक खास वैशिष्ट्य आहे. मालवण येथील समुद्रातील सिंधुदुर्ग पाहण्यासारखा

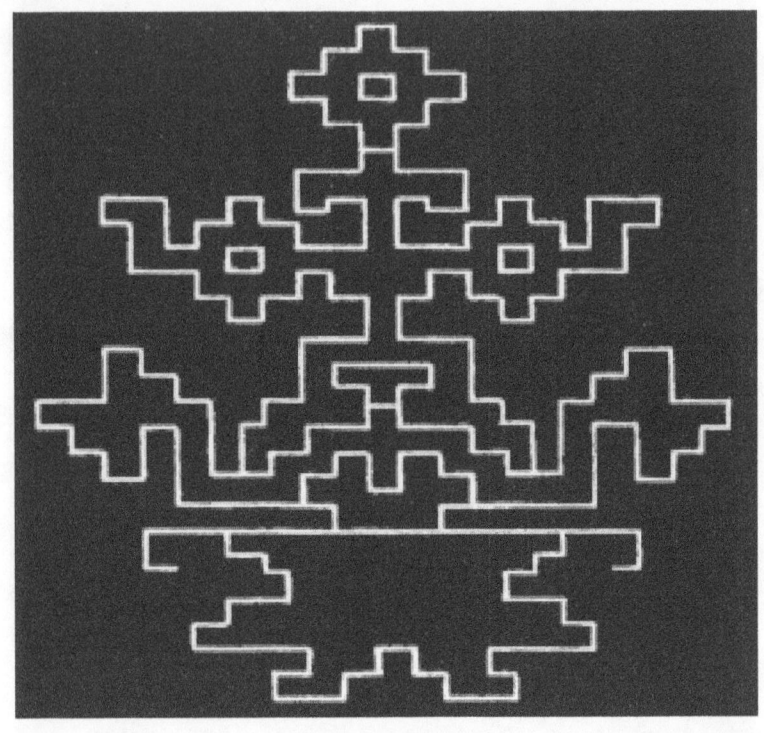

वृंदावन महाराष्ट्र

आहे.

रांगोळी

महाराष्ट्रात सकाळी घरापुढे अंगणात सारवून किंवा सडा टाकून त्यावर रांगोळी रेखण्याची प्रथा आहे. सण-समारंभ, शुभकार्य अथवा धार्मिक उत्सव अशा मंगल प्रसंगीही रांगोळ्या काढतात. शिरगोळ्याचे बारीक पीठ करतात, त्याला रांगोळी असेच म्हणतात. उजव्या हाताचा अंगठा आणि अंगठ्या जवळील बोट यांच्या चिमटीत हे पीठ धरून मराठी स्त्रिया रांगोळी रेखतात. रांगोळीचे अनेक प्रकार आहेत. काही रांगोळ्या ठिपके देऊन काढतात, काही वेलबुट्टीसारख्या वक्र रेषांनी काढतात. दिवाळीच्या दिवसांत रांगोळ्यांनी गालिचे चितारतात, तर गौरीच्यावेळी लक्ष्मीची पावले काढतात. स्वस्तिक, गोपद्म, शंख, चक्र ह्याप्रकारची रांगोळी देवापुढे आणि घराच्या उंबऱ्यावर काढतात. सुबक आणि प्रमाणबद्ध रांगोळी काढण्यात देखील एक कौशल्य असते. रांगोळच्या रेखाटनाने घर-अंगण कसे प्रसन्न दिसते.

त्रिमूर्ती - घारापूरी

कलाकुसर

सांगली आणि नाशिकची पितळी भांडी, सावंतवाडीची रंगीत लाकडी खेळणी आणि फळे, पंढरपूरचे खडीचे खण, पैठणची पैठणी, औरंगाबादचे रेशमी नक्षीकाम इत्यादी महाराष्ट्रातील प्रसिद्ध अशा वस्तू आहेत. याशिवाय मातीची खेळणी, विणाई व भरतकाम केलेल्या वस्तूही विविध ठिकाणी होतात.

★★★

६. स्थलयात्रा

महाराष्ट्राचे लोकजीवन आणि कलाजीवन जसे वेधक आहे, तसे स्थलदर्शनही लोभस व प्रेरणादायी आहे.

पंढरपूर

महाराष्ट्रातील नव्हे तर भारतामधील हे एक प्रसिद्ध तीर्थक्षेत्र आहे. येथे श्रीविठ्ठलाचे प्राचीन मंदिर आहे. पुंडलिकाच्या भक्तीला वश होऊन श्रीविठ्ठल येथे अवतरला आणि मातापित्याच्या सेवेत मग्न असलेल्या पुंडलिकाने त्याला येथे विटेवर उभे केले अशी आख्यायिका आहे. ज्ञानेश्वर, नामदेव, तुकाराम इत्यादी साधुसंतांनी प्रवर्तित केलेल्या वारकरी पंथाचे किंवा भागवत धर्माचे पंढरपूर हे आद्यपीठ आहे. संतांनी आध्यात्मिक लोकशाहीचा येथे पाया घातला. शेकडो मैलांवरून आजही आषाढी, कार्तिक, माघी आणि चैत्री या चार वाऱ्यांना हजारोंनी विठ्ठलाचे भक्त येथे येत असतात. वारीच्या वेळी शुद्ध एकादशीला विठ्ठलाच्या रथाची मिरवणूक निघते. चंद्रभागेचे स्नान आणि विठ्ठल रुक्मिणीचे दर्शन हे मुख्य असते. भीमा नदीच्या काठावर पंढरी

चंद्रभागा - पंढरपूर

वसलेली आहे. भीमेला येथे चंद्रभागा असे नाव आहे. चंद्रभागेच्या विस्तीर्ण वाळवंटात कथाकीर्तनांची गर्दी उडालेली असते. विठ्ठलाच्या नजरेने अवघी पंढरी दुमदुमलेली असते. विष्णुपद आणि गोपाळपुरा ही दोन मंदिरे जवळच आहेत. यात्रेकरूंसाठी पंढरपुरात निरनिराळ्या जाती जमातींच्या मोठमोठ्या धर्मशाळा आहेत आणि साधुसंतांचे मठही आहेत. संतांनी पंढरीला 'भू वैकुंठ' असे म्हटले आहे.

आळंदी

पुणे जिल्ह्यात इंद्रायणी नदीच्या काठी आळंदी हे क्षेत्र वसलेले आहे. ज्ञानेश्वरांची येथे समाधी आहे. कार्तिक वद्य एकादशीला येथे मोठी यात्रा भरते, त्यावेळी हजारो लोक येत असतात. येथेही मोठमोठ्या धर्मशाळा आणि मठ आहेत.

देहू

आळंदीपासून सहा मैलांवरच संत तुकारामचे देहू हे गाव आहे. आपल्या गावाबद्दल 'धन्य देहू गाव' असे तुकारामांनीच म्हटले आहे. इंद्रायणी नदीच्या काठी हे गाव वसलेले असून विठ्ठलाचे मंदिर नदीच्या काठीच आहे. फाल्गुन महिन्यात तुकारामबीजेला येथे मोठी यात्रा भरते. कथा कीर्तने चालतात.

नाशिक

महाराष्ट्रातील हे एक प्रसिद्ध क्षेत्र आहे. गोदावरी नदीच्या काठी नाशिक वसलेले असून येथील पंचवटी नावाच्या भागात प्रसिद्ध असे रामाचे मंदिर आहे. गोदावरीचा परिसर रमणीय असून नारोशंकराचे मंदिर नदीच्या काठीच आहे. तेथील रामकुंडात स्नान करून पितृतर्पण करण्याची प्रथा आहे. बारा वर्षातून एकदा येथे कुंभमेळाही येतो.

जेजुरी

पुणे जिल्ह्यात जेजुरी हे गाव असून तेथे खंडोबाचे मंदिर आहे. हे मंदिर उंच गडावर आहे. महाराष्ट्रात विठोबाप्रमाणेच खंडोबा हेही बहुजनसमाजाचे दैवत आहे. लग्नकार्यानंतर खंडोबाच्या दर्शनाला जाऊन येण्याची प्रथा अनेक घराण्यांतून आहे. पौष महिन्यातील पौर्णिमेला येथे मोठी यात्रा भरते.

खंडोबा - जेजुरी

हजारो भक्तजन जमा होतात. खंडोबाच्या सेवेसाठी वाहून घेतलेल्या भक्तपुरुषाला वाघ्या आणि स्त्रीला मुरळी असे म्हणतात. खंडोबाची गाणी म्हणत वाघ्या आणि मुरळी नृत्यही करतात.

कोल्हापूर

कोल्हापूरला करवीर असेही म्हणतात. कोल्हापुरला अंबादेवीचे देवस्थान प्रसिद्ध आहे. आश्विन महिन्यात नवरात्रात तेथे जत्रेसारखीच गर्दी असते. नऊ दिवस देवीला विविध वाहनांवर अलंकारांनी सजवतात. देवीचे देऊळ मोठे असून, सभोवती गजबजलेला बाजार आहे. तेथून जवळच एका टेकडीवर टेंबलाईचे देऊळ आहे. आश्विन शुद्ध पंचमीला तेथे जत्रा भरते. कोल्हापूर शिवाजीमहाराजांच्या वंशजांनी स्थापलेली राजगादी आहे. ब्रिटिश काळात हे संस्थान होते. येथील शालिनी पॅलेस आणि नवा राजवाडा, तसेच रंकाळा तलाव, खासबागेतील कुस्त्यांचे मैदान इत्यादी स्थळे प्रसिद्ध आहेत. मराठी चित्रपटांचा धंदा कोल्हापुरात बराच उत्कर्षाला पोहोचलेला आहे. चित्रकार, गायक, नट, लेखक इत्यादी कलाकारांच्या वास्तव्यामुळे कोल्हापूरला कलापूरही म्हटले आहे.

सांगली

कृष्णा नदीच्या काठी सांगली हे शहर वसलेले आहे. ब्रिटिश काळात हे एक

संस्थान होते. सध्या सांगली हे जिल्ह्याचे ठिकाण आहे. एक व्यापारी पेठ म्हणून सांगलीची प्रसिद्धी आहे. मराठी नाटकाचा जन्म येथे झाला. म्हणून सांगलीला मराठी 'नाट्यपंढरी' असे म्हटले जाते. येथील गणपतीचे मंदिर, आंबराई, राजवाडा इत्यादी स्थळे प्रसिद्ध आहेत.

सातारा

पेशवाईच्या काळात मराठ्यांची राजधानी सातारा येथे होती. त्यामुळे या शहराला ऐतिहासिक महत्त्व आहे. अजिंक्यतारा डोंगराच्या पायथ्याशी वसलेले हे शहर हवापाण्याच्या दृष्टीने उत्तम आहे. येथील राजवाडा, जलमंदिर इत्यादी ठिकाणे प्रेक्षणीय आहेत. येथून दहा बारा मैलांवर सज्जनगड आहे. रामदास स्वामींच्या वास्तव्याने पुनीत झालेले हे स्थळ आहे. येथे समर्थ रामदासांची समाधी, मठ आणि श्रीरामाचे व मारुतीचे मंदिरही आहे.

महाबळेश्वर

सातारा जिल्ह्यातील हे थंड हवेचे प्रसिद्ध ठिकाण आहे. उन्हाळ्यात आणि ऑक्टोबर महिन्यात तेथे शेकडो लोक येऊन राहतात. प्रवाशांसाठी तेथे मोठमोठी हॉटेले आहेत. निरनिराळ्या पॉईंटसवरून निरनिराळी सृष्टिशोभा दृष्टीस पडते.

एक दृश्य - महाबळेश्वर

शनिवारवाडा - पुणे

पुणे

पुणे ही महाराष्ट्राची सांस्कृतिक राजधानी आहे. पूर्वी येथे ऐतिहासिक राजधानीही होती. विद्येचे माहेरघर म्हणून पुणे शहर ओळखले जाते. मुळा मुठा या नद्यांच्या काठावर हे शहर वसलेले आहे. शौर्य, साहस, कला आणि बुद्धिमत्ता या क्षेत्रात पुण्याची ख्याती सर्वदूर पसरलेली आहे. पुण्यातल्या पेशव्यांनी अटकेपार झेंडे लावले. सदाशिवभाऊंनी दिल्लीचे तख्त फोडले. लोकमान्य टिळक, न्या. रानडे, भारतसेवक गोखले, महात्मा फुले, कर्मवीर विठ्ठल रामजी शिंदे, महर्षी कर्वे इत्यादी थोर पुरुष पुण्यातच होऊन गेले. ब्रिटिशांच्या काळात पुणे ही मुंबई इलाख्याची पावसाळी राजधानी होती. पर्वती, शनिवारवाडा, तुळशीबाग, बेलबाग, लालमहाल, पेशवेपार्क, संभाजी पार्क, फुले वस्तुसंग्रहालय, आगाखान पॅलेस, बंडगार्डन इत्यादी अनेक प्रेक्षणीय स्थळे पुण्यात आणि पुण्याच्या आसपास आहेत. पुणे विद्यापीठ आणि अनेक महाविद्यालये येथे आहेत. नगररचना, हवामान आणि सृष्टिसौंदर्य या दृष्टीने पुण्याची ख्याती आहे.

औरंगाबाद

मराठवाड्यातील हे एक प्रमुख शहर आहे. औरंगजेबाने येथे तळ ठोकला होता. म्हणून या मूळ खडकी नावाच्या गावाला औरंगाबाद असे नाव पडले.

औरंगजेबाच्या मुलाने आपली पत्नी रबीया दुराणी हिच्या स्मरणार्थ ताजमहालासारखे शिल्प येथे निर्माण केले. त्याला 'बीबीका मकबरा' म्हणतात. तेथून जवळच डोंगरात खोदलेली लेणीही आहे. लेण्यातील बौद्ध विहाराजवळ संत निपट निरंजन याचीसमाधी आहे. औरंगाबाद येथे मराठवाडा विद्यापीठ आणि बरीच महाविद्यालये आहेत. तेथून जवळच दौलताबादचा किल्ला आणि त्याच्यापुढे वेरूळची लेणी आहे. औरंगाबादेपासून चौदा मैलांवर खुल्ताबाद नावाचे गाव आहे. तेथे औरंगजेबाची कबर आहे.

नांदेड

मराठवाड्यातील हे एक मोठे शहर आणि व्यापारी केंद्र आहे. शिखांचे हे प्रसिद्ध तीर्थस्नानही आहे. गोदावरी नदीकाठी हे शहर वसलेले असून येथे गुरू गोविंदसिंगाची समाधी आहे.

तुळजापूर

मराठवाड्यातील उस्मानाबाद जिल्ह्यात हे गाव आहे. येथे तुळजाभवानीचे प्रसिद्ध मंदिर आहे. तुळजाभवानी ही महाराष्ट्रातील अनेकांची कुलदेवता आहे. अश्विन महिन्यात नवरात्रात येथे मोठी जत्रा भरते.

अहमदनगर

हे इतिहासप्रसिद्ध शहर आहे. अहमद निजामशहा याने १४९४ साली हे शहर वसवले. निजामशाहीची राजधानी येथे होती. तेथे एक जुना किल्ला असून तो निजामशहाने १५५९ साली बांधला आहे. १९४२ च्या स्वातंत्र्य लढ्याच्यावेळी पंडित जवाहरलाल नेहरू, वल्लभभाई पटेल, मौलाना आझाद, आचार्य नरेंद्र देव इत्यादी ज्येष्ठ काँग्रेस नेत्यांना ब्रिटिश सरकारने याच किल्ल्यात स्थानबद्ध करून ठेवले होते. जवाहरलाल नेहरूंनी 'डिस्कव्हरी ऑफ इंडिया' हा आपला प्रसिद्ध ग्रंथ येथेच लिहिला. शहरापासून सहा मैलांवर एका उंच टेकडीवर चांदबिबीचा महाल आहे.

नागपूर

बख्त बुलंद नावाच्या गोंड राजाने १७०२ साली नागपूर शहर वसवले. १७०६ साली तिथे चांद सुलतान याने आपली राजधानी स्थापन केली. १७४३ मध्ये रघुजी भोसले यांनी येथे मराठ्यांची सत्ता स्थापन केली. १८५४ मध्ये इंग्रजांनी भोसल्यांचे राज्य खालसा केल्यानंतर नागपूर येथे मध्य प्रांताची राजधानी बरीच वर्षे होती. सध्या नागपूर हे महाराष्ट्रात असून महाराष्ट्राची हिवाळी राजधानी आहे. नागपूर हे एक फार मोठे शहर असून तेथील जुम्मा तलाव, बुरानशाह किल्ल्याचा एक बुरूज, भोसल्यांचे वाडे आणि छत्र्या, काशीबाईंचे देऊळ, रुक्मिणी मंदिर इत्यादी

गेट वे ऑफ इंडिया - मुंबई

जुनी स्थळे प्रेक्षणीय आहेत. अलीकडे नव्याने अनेक तलाव आणि रमणीय उद्याने झाली आहेत. नागपूरची संत्री आणि साड्या प्रसिद्ध आहेत.

मुंबई

हे एक जगप्रसिद्ध, विशाल महानगर आहे. सध्या महाराष्ट्राची राजधानी मुंबई येथेच आहे. मुंबई ही जरी आता महानगरी असली तरी एके काळी मुंबई म्हणजे लहान लहान बेटांचा एक पुंजका होता. कुलाबा, मुंबई, महालक्ष्मी, वरळी, माझगाव, शीव आणि माहीम अशी त्या बेटांची नावे होती. या बेटात मूळची वस्ती कोळ्यांची होती. मुंबादेवी ही त्यांची कुलदेवता. तिच्यावरून मुंबई हे नाव या शहराला मिळाले.

पोर्तुगिजांनी येथे बंदर बांधले. पुढे पोर्तुगालच्या राजाने १६६१ साली मुंबई हे बेट आपल्या मुलीच्या लग्नात इंग्लंडचा राजा दुसरा चार्लस याला आदण दिले. मुंबईचे वैभव आणि महत्त्व हे सतत वाढतच राहिले. आज मुंबई हे एक आंतरराष्ट्रीय महत्त्वाचे ठिकाण आहे. भारतातील आणि जगातील इतर राष्ट्रांमधीलही अनेक लोक येथे राहतात. सर्व धर्म येथे नांदतात. त्यामुळे मुंबई हे बहुरंगी आणि ण विविध व्यावसायिकांचे एक मोठेच केंद्र बनलेले आहे. समुद्रसान्निध्यामुळे बंदर, विमानतळ आणि रेल्वेचे एक केंद्र यामुळे मुंबई ही मोठी उद्योगनगरी झाली असून प्रचंड व्यापार येथे चालतो. शहराचा विकास खूपच झाला असून अनेक उपनगरे सभोवती भरभराटलेली

आहेत. अनेक तऱ्हेचे उद्योग आणि कारखाने मुंबईत आहेत. महानगरपालिकेची इमारत, व्हिक्टोरिया टर्मिनस हे मध्य रेल्वेचे ठिकाण, टाऊन हॉल, गेट वे ऑफ इंडिया, राजाभाई टॉवर, सचिवालय, चौपाटी, राणीचा बाग, म्युझियम, मत्स्यालय अशी कितीतरी प्रेक्षणीय स्थळे या शहरात आहेत.

राजाभाई टॉवर

याशिवाय महाराष्ट्रात सोलापूर, धुळे, जळगाव, अमळनेर ही कापड निर्मितीसाठी प्रसिद्ध असलेली जिल्ह्याची ठिकाणे, रायगड, प्रतापगड, विशाळगड, शिवनेरी, सिंहगड इत्यादी इतिहासप्रसिद्ध किल्ले, भीमाशंकर, त्र्यंबकेश्वर, घृष्णेश्वर, परळी वैजनाथ, औंढ्या नागनाथ इत्यादी ज्योतिर्लिंगे; मोरगाव, रांजणगाव, महड, लेण्याद्री, पाली, सिद्धटेक, ओझर आणि थेऊर ही अष्टविनायकाची स्थाने; शिर्डी, नेवासे, पैठण, शेगाव इत्यादी क्षेत्रे; लोणावळा, माथेरान, पाचगणी इत्यादी थंड हवेची ठिकाणे; किर्लोस्करवाडी, ओगलेवाडी, वालचंदनगर इत्यादी उद्योगनगरे आणि कितीतरी साखर कारखाने महाराष्ट्रात आहेत.

★★★

७. विकासोन्मुख महाराष्ट्र

महाराष्ट्र हे प्रामुख्याने कृषिप्रधान राज्य आहे. त्यामुळे शेतीच्या विकासावर शासनाने साहजिकपणे लक्ष केंद्रित केले आहे. स्वातंत्र्यानंतर निरनिराळ्या योजना महाराष्ट्रातही आखण्यात आल्या. महाराष्ट्रातील एकूण १९२ लाख हेक्टर शेतीखाली असलेल्या जमिनीपैकी फक्त १६ लाख हेक्टर जमिनीला पाणी पुरवठा होईल अशी व्यवस्था आहे. महाराष्ट्रात ७० टक्के उत्पादन खाद्यान्नांचे होते आणि बाकीचे ३० टक्के खाद्यान्न आयात केले जाते. ज्वारी, बाजरी, गहू, तांदूळ, मका, तूर, चणा इत्यादी धान्ये महाराष्ट्रात पिकविली जातात. भुईमूग, तीळ, जवस, करडई इत्यादी गळिताची धान्येही केली जातात. ऊस, कापूस, द्राक्षे, संत्री इत्यादी फळफळावळ अशी व्यापारी पिकेही घेतली जातात. शेतीसाठी जमीन सुधारणा, बांधबंदिस्ती, अधिक उत्पादन देणारी चांगल्या जातीची बी-बियाणी, किटाणू-नाशक औषधे, खते इत्यादी साधनांची उपलब्धता शेतकऱ्यांना करून दिली जात आहे. हायब्रीड ज्वारी, बाजरी, मेक्सिकन गहू आणि तायचूंग भात अशा नवीन बियाण्यांची आणि अधिक उत्पादन देणाऱ्या शेतीपद्धतींचे अनेक प्रयोग राज्यात केले जात आहेत. शेतकऱ्यांना तकावी, पतपेढ्या व बँकामार्फत कर्जे, तज्ज्ञ मार्गदर्शन मिळण्याचीही सोय केली आहे. तिसऱ्या पंचवार्षिक योजनेच्या १,४२,००० विहिरी खोदण्यात आल्या. त्यांपैकी ३६००० जुन्या विहिरींची डागडुजी करण्यात आली आणि बाकीच्या नवीन खोदण्यात आल्या. १९७३ सालच्या मार्चपर्यंत २,९०,६४३ विहिरींवर विजेवर चालणारे पंप बसविण्यात आले. महाराष्ट्रात रयतवारी पद्धती असल्यामुळे अधिक धान्य उत्पादन करण्याची प्रेरणा शेतकऱ्यांमध्ये दिसून येते. शासनही या प्रेरणेला प्रोत्साहन देऊन दरवर्षी अधिक धान्य उत्पादन करणाऱ्या शेतकऱ्यांना 'कृषिपंडित' ही पदवी देते आणि त्यांचा गौरव करते. शेतीविषयक शिक्षणासाठी राहुरी, परभणी, अकोला आणि दापोली या चार ठिकाणी कृषि विश्वविद्यालयांची स्थापना झालेली

आहे. शेतकी महाविद्यालयेही राज्यात काढलेली आहेत.

अन्नधान्याच्या उत्पादनाप्रमाणेच फलोत्पादनावरही लक्ष दिले जात आहे. नागपूरची संत्री, रत्नागिरीतील आंबे आणि काजू. खानदेशातील केळी या फळांना देशात आणि परदेशांतही मागणी वाढते आहे. महाराष्ट्रात आता सर्वत्र द्राक्षांचे पीक घेतले जाते. समुद्रकाठी नारळ आणि सुपारी यांच्या पुष्कळ बागा आहेत.

महाराष्ट्राला ७२० कि. मी. लांबीचा समुद्रकिनारा लाभलेला आहे. त्यामुळे मच्छीमारीचा उद्योगही येथे फार मोठ्या प्रमाणावर चालतो. या धंद्यालाही शासनाने उत्तेजन देऊन अनेक सोयी उपलब्ध करून दिलेल्या आहेत. आधुनिक मशीन आणि अवजारे, जहाजांची सोय यामुळे दूरवर खोल समुद्रातही आता मच्छीमारी करता येते. महाराष्ट्रात दरवर्षी सुमारे २.५ लाख टन मासे पकडण्यात येतात. काही मोठ्या नद्या व तलाव याठिकाणीही मत्स्यपालन केंद्रे उघडण्यात आलेली आहेत. त्यातूनही दरवर्षी सुमारे १५००० टन मासे पकडण्यात येतात.

महाराष्ट्रात एकूण क्षेत्रफळाचा पाचवा हिस्सा जंगलाखाली आहे. जंगलाच्या वाढीसाठीही प्रयत्न केले जात आहेत. यासाठी वीस केंद्रे कार्यान्वित झालेली आहेत. महाराष्ट्रात मुंबईजवळ बोरिवली आणि विदर्भात चंद्रपूरजवळ ताडोबा ही दोन मोठी राष्ट्रीय उद्याने आहेत. त्याशिवाय अजंठा, भीमाशंकर, चिखलदरा, कर्नाळा, महाबळेश्वर, तोरणमाळ इत्यादी जंगल उद्याने आहेत. ताडोबा येथील जंगलात मोठ्या जंगली पशूंचे अभयारण्य निर्मिण्यात आले आहे. कर्नाळा आणि राधानगरी येथे पक्ष्यांचे अभयारण्य बनवलेले आहे. ही सर्व ठिकाणे निसर्ग सौंदर्य आणि वनसंपत्ती या दृष्टीने सुरक्षित तर आहेतच, परंतु पर्यटकांची आकर्षण केंद्रेही झालेली आहेत.

मत्स्यपालनाप्रमाणेच कुक्कुटपालन आणि वराहपालन या धंद्यांनाही उत्तेजन दिले जात आहे. दुग्धव्यवसाय वाढविण्यासाठी गाई आणि म्हशी या पशुपालनाकडेही लक्ष पुरविले जात आहे. १९४८ मध्येच मुंबईजवळ आरे मिल्क कॉलनीची स्थापना करण्यात आली. महाराष्ट्रभर वीस दुग्धकेंद्रावरून ३,५०,००० कुटुंबांना शुद्ध आणि पौष्टिक दूध पुरवले जाते. एकट्या मुंबई शहरात आरे आणि बोरी दुग्ध केंद्रामार्फत चार लाखांहून अधिक लीटर दूध पुरवले जाते.

महाराष्ट्रात सहकारी क्षेत्रातही फार मोठे काम झाले आहे. भिन्न भिन्न व्यवसायांच्या अनेक सहकारी सोसायट्या गावोगाव स्थापन झालेल्या आहेत. या सहकारी क्षेत्रात येथे ४६ साखरेचे कारखाने आहेत. १९७१-७२ साली त्या सहकारी साखर कारखान्यांमार्फत सात लाख टनाहून अधिक साखर तयार करण्यात आली. त्याशिवाय केळ्याची पावडर तयार करणे, रासायनिक खत बनवणे, वनस्पती तयार करणे इत्यादी

कामेही सहकारी क्षेत्रात चालू आहेत.

महाराष्ट्रात उद्योगधंद्याचीही भरभराट झालेली आहे आणि होत आहे. राज्यात शंभर कापडाच्या गिरण्या असून त्यातून भारतात तयार होणाऱ्या एकूण कापडापैकी एक चतुर्थांश कापड महाराष्ट्रात तयार होते. त्या व्यवसायात तीन लक्ष लोक काम करतात. कृत्रिम धाग्याचे उत्पादन करणारे कारखानेही राज्यात आहेत. मुंबई आणि पुणे या दोन शहरांच्या परिसरांतच अनेक तऱ्हेचे कारखाने निघालेले आहेत. निरनिराळी यंत्रे, स्कूटर आणि लहान-मोठे यंत्रांचे भाग बनविणे, तसेच नायलॉन आणि काचसामानाचे उत्पादन, बॉलबेअरिंग, ऑईल इंजिन्स, पंप, विजेवर चालणारी यंत्रे आणि अवजारे इत्यादी उत्पादन करणारे कारखाने निघालेले आहेत. रबर आणि प्लॅस्टिकच्या वस्तू, बिस्किटे, औषधे इत्यादींचेही कारखाने आहेत. पुण्याजवळ पिंपरी येथे अँटीबायेटिक औषधे बनविण्याचा आणि पेनिसिलीनचा मोठा कारखाना आहे. मुंबई, पुणे, खोपोली आणि बल्लारपूर येथे कागदाचे कारखाने आहेत.

शेतीला पाणी पुरवठा आणि वीज उत्पादन यासाठी महाराष्ट्रात कोयना, गिरणा, पूर्णा इत्यादी महत्त्वाचे प्रकल्प साकार झालेले आहे. याशिवाय अनेक लहानमोठ्या पाटबांधऱ्यांच्या योजनाही कार्यान्वित झालेल्या आहेत. कोयना योजनेमुळे खेड्यापाड्यांतून वीज पोहोचलेली आहे. शेती आणि उद्योगधंदे यासाठीही विजेचा उपयोग केला जात आहे. खनिज संपत्तीच्या दृष्टीनेही महाराष्ट्र समृद्ध आहे. मँगनीज आणि लोह येथे विशेष मिळते. ॲल्युमिनिअम देखील काही ठिकाणी सापडते. खोपोली आणि लोणावळा यांच्या दरम्यान असलेल्या टाटा जलविद्युत केंद्रामुळे त्या भागातील अनेक कारखान्यांना विजेचा फायदा झालेला आहे. नागपूरजवळ खापरखेडा, अकोल्याजवळ पारस, भुसावळ, नाशिक, परळी वैजनाथ आणि बल्लारपूर येथेही वीजकेंद्रे आहेत. तारापूर येथे भारतातील सर्वात प्रथम स्थापन झालेले परमाणू वीजकेंद्र आहे. तेथून महाराष्ट्र आणि गुजरात या राज्यांना वीज पुरवली जाते. महाराष्ट्रातील उद्योगधंद्यांची वाढ करण्यामध्ये टाटा, वालचंद, किर्लोस्कर, गोदरेज, बजाज, गरवारे इत्यादी उद्योगपतींनी मोठी कामगिरी बजावलेली आहे.

महाराष्ट्रात वाहतुकीसाठी रस्ते व वाहतुकीची साधने यांचाही बराच विकास झालेला आहे. महाराष्ट्र राज्यात स्टेट ट्रान्सपोर्टच्या मार्फत सर्वदूरवर प्रवास करता येतो. स्टेट ट्रान्सपोर्ट कॉर्पोरेशनजवळ ६७०० हून अधिक वाहने आहेत आणि ती ५९०० मार्गांवर रोज धावत असतात. एस. टी. बसेसचा लाभ ९७ टक्के लोकसंख्येला आणि ९३ टक्के गावांना मिळतो. लांबवरच्या रात्रीच्या प्रवासासाठी रातराणी नावाच्या बसेस आहेत. जत्रायात्रांच्या ठिकाणी त्या त्या वेळी जादा बसेस

सोडून यात्रिकांची सोय केली जाते. रेल्वे आणि बोटीमार्फतही दळणवळण चालते.

शैक्षणिक क्षेत्रात महाराष्ट्राची प्रगती उल्लेखनीय आहे. राज्यात एकूण ३०० हून अधिक इंजीनियरिंग कॉलेजे व ६०० हून अधिक आयटीआय आहेत. एकंदर २४ विद्यापीठांमधून दरवर्षी दीड लाखांवर तंत्रज्ञ बाहेर पडता. भारताचा पहिला सुपरकॉम्पयूर बनविणारी सेंटर फॉर डेव्हलपमेंट ऑफ अॅडव्हान्स कॉम्प्यूटिंग, (सीडॅक) आणि आय आय टी (पवई) अशा नामवंत संस्था या राज्यात आहेत. मुंबईतील व्हीजेटीआय, यूडीसीटी, एसएनडीटी, नागपूरची एनआयटी ही शिक्षणाची पुष्कळ जुनी केंद्रे आहेत. या शिवाय नॅशनल केमिकल लॅबोरेटरी, फिल्म अँड टेलीव्हिजन इन्सिटयूट ऑफ मॅनेजमेंट स्टडीज तर पुण्यातील सीओईपी बीजे मेडिकल कॉलेज, एएफएमसी व नागपूरची एनआयटी ही शिक्षणाची पुष्कळ जुनी केंद्रे आहेत. या शिवाय नॅशनल केमिकल लॅबोरेटरी, फिल्म अँड डिफेन्स अॅकाडमी, आर्मी इन्स्टिटयूट ऑफ टेक्नॉलॉजी अशा विविध क्षेत्रातील अग्रगण्य संस्था या राज्यात आहेत. पुणे, मुंबई, नागपूर, कोल्हापूर, औरंगाबाद वगैरे विद्यापीठांसोबत वर्ध्याचे महात्मा गांधी आंतरराष्ट्रीय हिंदी विश्वविद्यालय, जेजे स्कूल ऑफ आर्ट वगैरे शैक्षणिक संस्था येथे असल्याने विद्यार्थीवर्गाला कोणत्याही विषयातील प्राविण्य प्राप्त करण्यासाठी महाराष्ट्राबाहेर जाण्याची गरज भासत नाही. संगणकाचा वापर करण्यात महाराष्ट्र भारतात सर्वात पुढे आहे. देशातील ५० टक्के इंटरनेटचे वापरकर्तेही येथेच आहेत. पाठ्यपुस्तकांचे राष्ट्रीयीकरण करणारे महाराष्ट्र हे भारतातील पहिले राज्य आहे.

आरोग्य, समाजकल्याण, क्रीडा, ललितकला यांच्या विकासाकडेही राज्यात लक्ष पुरवले जाते. निरनिराळ्या कलांचे महोत्सव आयोजित केले जातात. उत्कृष्ट ग्रंथांना पारितोषिके दिली जातात.

विकासाच्या सर्व मार्गावर महाराष्ट्र राज्य वेगाने वाटचाल करीत आहे.

★★★

८. मराठी लोकसाहित्य

लोकसाहित्य ही त्या त्या भाषेची एक अमूल्य अशी ठेव आहे. लोकभावना, लोकाचार आणि लोकस्थिती यांचे दर्शन लोकसाहित्य घडवत असते. प्रत्येक भाषेत असे साहित्य आहे. महाराष्ट्रामध्ये मराठीत आणि कोकणी, अहिराणी, वऱ्हाडी इत्यादी बोली भाषेतही पुष्कळच लोकगीते, लोककथा, आदी साहित्य उपलब्ध आहे. त्यातीलच ही थोडी वानगी :

बालगीते

बाळाला खेळविण्यासाठी, रिझविण्यासाठी मराठी घरांतून अशी बाळगाणी म्हटली जातात.

१

सावळ्या रामाच्या ढवळ्या गायी हो ।
घुसळण घुसळी रखमाई हो
अजून ताक झालंच नाही हो
अजून लोणी आलंच नाही हो
आता बा येईल तुकोबा वाणी हो
मग खा बाळा साखर लोणी हो

२

आपडी थापडी गुळाची पापडी
धम्मक लाडू तेल पाडू
तेलंगीचे एकच पान
धर गे बिब्बे हाच कान

च्याऊं म्याऊं पखालीचं पाणी पिऊं
भुर्रर उडून जाऊ

३

डोल बाई डोलाची
डोक्यावर पाटी सोन्याची
राणी हो ग राजाची
चोळी ले ग खणाची
लोणची खा ग आंब्याची

मुलींचे खेळ

फुगडी, झिम्मा इत्यादी खेळ मराठी मुली खेळतात. फुगडी खेळताना त्या मजेशीर उखाणे म्हणतात.

खोल खोल विहिरीला उंच उंच चिरे
उंच उंच चिरे
तुझी माझी फुगडी गरगर फिरे
गरगर फिरे

झिम्मा खेळताना त्या म्हणतात:

१

आंबा पिकतो रस गिळतो
कोकणचा राजा बाई झिम्मा खेळतो
झिम्मा खेळतो

२

झिम पोरी झिम कपाळाला भिंग
भिंग गेले फुटून, पोरी गेल्या उठून !

ओव्या

मराठी लोकसाहित्यात स्त्रियांनी आपल्या ओव्यांनी आणि गीतांनी मोलाची भर घातलेली आहे. जात्यावर बसून दळताना मायबहिणींच्या तोंडून सहजपणाने किती

ओव्या अवतरलेल्या आहेत. त्यांची ही थोडी वानगी :

बाळा तुझ्यासाठी	जीव होतो थोडा थोडा
लाडका तू ताना	माझ्या काळजाचा घडा
लेकीचं गोरेपण	हळदीला मागं सारी
माझ्या मैनाईच्या	गोरेपणाला तेज भारी
मांडवाच्या दारी	बाई कशाचा ग गलबला

बाळरायाच्या ग सयेवरातीला हत्ती आला

हुमाणा

कोडी, उखाणे किंवा हुमाणा ही एक लोकजीवनातली करमणूक आहे. एकजण हुमाणा घालतो. दुसरे विचार करून उत्तर देतात. हुमाणातली कल्पकता, निरीक्षण प्रशंसनीय असते :

दोन पायाचा पक्षी, तो कठीण फळे भक्षी.
पाणी काही पिईना, दाणा काही खाईना,
तर असा कोण बरं?

(अडकित्ता)

पाऊस नाही, पाणी नाही, रान कसे हिरवे
कात नाही, चुना नाही, तोंड कसे रंगले?

(पोपट)

मराठी म्हणी

१) नाचायला येईना, अंगण वाकडं.
२) चार दिवस सासूचे, चार दिवस सुनेचे.
३) साखरेचे खाणार त्याला देव देणार.
४) नाव सोनुबाई हाती कथलाचा वाळा.
५) हौसेला मोल नाही, सांच्याला तेल नाही.

★★★

९. मराठी लोककथा

नंदी

गोष्ट आटपाटनगरातली. जुन्या पुराण्या काळातील. अशा काळातली की ज्या काळी माणसे साधी सरळ होती, श्रद्धाळू-मायाळू, भक्तिवान-निष्ठावान होती, माणसांची श्रद्धा देवधर्मावर होती, ऊनपावसावर होती. झाडाफुलांवर होती, पशुपक्ष्यांवर होती, माणसांवर सुद्धा होती.

तर अशा काळातही वारा रुसायचा, सूर्य हसायचा, पाऊस दडायचा, माणसांची परीक्षा पाहायचा!

एके साली असेच घडले. सत्ताविसातून नऊ गेले, बाकी शून्य, शून्य राहिले.

पाऊस नाही, पाणी नाही, तिन्ही त्रिकाळी आभाळ डोळे वटारून राही.

कृतिका, मृग, आर्द्रा, मघा उगवल्या नि मावळल्या. आल्या तशा निघून गेल्या. सर नाही, तुषार नाही, शिडकावा नाही की थेंब देखील नाही.

नदी-नाले कोरडे झाले. आडविहिरी आटून गेल्या. शेती-भाती उजाड बनली, ओसाड राहिली.

पाणी नाही तर पेरणार काय? पेरले तर उगवणार काय? उगवले नाही तर खाणार काय?

दिवसामागून दिवस चालले. नक्षत्रामागून नक्षत्रे चालली. माणसांच्या तोंडचेही पाणी पळाले. काळजाने ठाव सोडला. लहान थोरांचे, बाया, बापड्यांचे डोळे आभाळाकडे लागले.

एक दिवस असा उजाडला की, त्या दिवशी सुकदेवाला बीजदाणा खायला काढावा लागला. आज पाऊस पडेल, उद्या पाऊस पडेल, जमिनीला आंघोळ घालेल, जमीन पाणी पिऊन घेईल, तिची कूस ओली होईल, चांगला वापसा

आल्यावर बी टोचून पेरणी करता येईल. म्हणून सुकदेव कृषिकाने वाट पाहिली होती.

सुकदेव कृषिक मोठा नेमधर्माचा होता, काबाडकष्टाचा होता. भल्या पहाटे उठायचा, नदीच्या वाहत्या पाण्यात आंघोळ करायचा, काठावरच्या शिवालयात जायचा, महादेवाला पाणी घालायचा, बेल वाहायचा, 'हर हर हर हर शंभो ऽऽऽऽ हर !' म्हणून भक्ती भावातून हाक द्यायचा. साष्टांग दंडवत घालायचा.

मग शेतावर जायचा, शेत खणायचा, माती ढेकळे फोडायचा, हरळी गवत उपटायचा, दिवसभर राबायचा. त्याकाळी शेती हातानेच करीत असत, नांगर, टिपण अवजारे नव्हती. बैल, मोट साधनं नव्हती.

सुकदेव राब राब राबायचा. घाम गाळायचा, पीक काढायचा. पोट भरायचा.

सुकदेवाची भिस्त जशी आपल्या हातावर होती तशी श्रद्धा महादेवावर होती. तो सोमवारचे कडक व्रत करायचा. शिवाला मनोमन भजायचा.

तर बीज दाणा खाण्याची पाळी आली तशी सुकदेव चरकला त्याच्या चित्तापुढे सारा गाव उभा राहिला. दुष्काळ आ वासून आला!

सुकदेवाने महादेवाला साकडे घातले. उपास तापास सुरू केले. जप तप सुरू केले. पण काही म्हणता काही उपयोग झाला नाही. भोळा शंकर पावला नाही. मग सुकदेव एकदा उठला. थेट कैलासाला निघाला. दरी खोरी तुडवली. नद्या जंगले पार केली. ऊन पाऊस खाल्ला. बर्फाचा मारा सहन केला. वाऱ्या वादळाने थरकाप उडवला, पण सुकदेव कृषिकाचा भाव ढळला नाही. अर्ध्या रस्त्यातून तो माघारी वळला नाही. भक्तीच्या, निष्ठेच्या बळावर हिमालय पर्वत चढून गेला. भगवान शंकराच्या कैलासावर पोहोचला.

सुकदेव कृषिक कैलासावर पोहोचला त्यावेळी शंकर-पर्वती सारीपाटाचा डाव मांडून खेळण्यात रंगून गेले होते. दंग झाले होते. तहान भूक हरपून बसले होते.

सुकदेव कृषिकाला द्वारातल्या नंदीने पाहिले. सुकदेवाला त्याने अडवले. विचारले, "बाबा, तू कोण, कुठला, कसा आलाय, का आला?"

सुकदेव कृषिकाने आपली हकिगत सांगितली. म्हणाला, "पाऊस नाही, पाणी नाही, शेती भाती कशी पिकेल? माणूस-काणूस कसा जगेल? पशू-पक्षी कसा निभंल, झाड फूल कसा जगेल?"

नंदी उठला, महादेवाकडे गेला. सारीपाटाच्या डावात रंगलेल्या देवाला म्हणाला, "असा असा सुकदेव कृषिक अशा अशासाठी आला आहे."

डाव टाकला टाकताच महादेवांनी मान वळवून नंदीजवळ निरोप दिला,

"जा, त्याला म्हणावे, दिवसातून तीन वेळा आंघोळ करा आणि एक वेळ

नंदीबैल

जेवण करा; म्हणजे पाऊस पडेल, शेती भाती पिकेल. आबादीआबादी होईल!''

नंदीबैल मान हलवून निघाला. द्वारात येईपर्यंत निरोप विसरला. सुकदेवाला म्हणाला,

''महादेवांनी सांगितलंय दिवसातून तीन वेळा जेवा आणि एक वेळ आंघोळ करा, म्हणजे पाऊस पाणी पडेल. शेतीभाती पिकेल. आबादीआबादी होईल!''

महादेवांचा निरोप ऐकून सुकदेव कृषिक मनी हारखला. नमस्कार करून परत फिरला.

गावात आल्यावर सुकदेवाने गावकऱ्यांना जमा केले. महादेवांचा निरोप सांगितला, ''गड्यांनो, आजपर्यंत तीन वेळा जेवा आणि एकदा आंघोळ करा. महादेव प्रसन्न होईल. आबादीआबाद होईल!''

''हर हर हर हर शंभो ऽऽऽऽऽऽ हर!'' गाववाल्यांनी गजर केला. महादेवाच्या निरोपाप्रमाणे वागण्याचे त्यांनी ठरवले.

आश्चर्याची गोष्ट अशी की, त्याच दिवशी धो धो धो धो पाऊस पडला. तापलेली धरणी निवून गेली. पाणी पिऊन तृप्त झाली. नदी नाले भरून आले. विहिरी आड तुडुंब झाले.

मायेचा पदर आभाळाने घातला. माणसाचा उडालेला जीव परत आला!

कालान्तराने सुगी आली. धान्याची रेलचेल झाली!

संकट टळले, दुष्काळ गेला, पण गावकरी मात्र भक्तिभावाने तीन वेळा

मराठी लोककथा / ९१

जेवण आणि एक वेळ आंघोळ करीतच राहिले.

बऱ्याच दिवसांनी महादेवाच्या हे लक्षात आले. त्यांना आश्चर्य वाटले! ते नंदीवर बसले. सुकदेवाच्या घरी आले. म्हणाले, ''भक्ता सुकदेवा, हे असे कसे करता?''

''भगवान महादेव! आपल्या निरोपाप्रमाणे वागतो.''

''माझा निरोप कुणी दिला.''

''नंदी महाराजांनी दिला.''

हे ऐकले आणि महादेव समजावयाचे ते समजले. भोळ्या नंदीचा विसराळूपणा त्यांना चांगला ठाऊक होता. निरोप सांगताना त्याने विसराळूपणाने केलेली उलटापालट त्यांच्या ध्यानात आली. खाली मान घालून उभ्या असलेल्या नंदीला ते रागानेच म्हणाले, ''नंदी, तुझ्या विसराळूपणाचे प्रायश्चित तुला मिळालेच पाहिजे. तीन वेळा जेवणारी माणसेच तुला यापुढे कामाला जुंपतील. तुला शेत नांगरावे लागेल, मोट ओढावी लागेल. पेरणी करावी लागेल. गाडी ओढावी लागेल. सगळे करावे लागेल!''

''देवा!''

नंदीने शरण येऊन आर्त हाक दिली.

महादेवांचीही नंदीवर माया होतीच. ते म्हणाले,

''तुझ्या कामाची, कष्टाची जाण माणसे बाळगतील. वर्षातून एकदा ते तुला न्हाऊ माखू घालतील. रंगाने रंगवतील, झूल, गोंड्यांनी सजवतील गावभर वाजत गाजत मिरवतील. पुरणपोळीचा नैवेद्य दाखवतील. तुझी पूजा करून, तुझ्या पाया पडतील!''

आणि तेव्हापासून नंदीबैल माणसाच्या मदतीला आला. शेती पिकवू लागला. माणसाला सुखवू लागला.

शेतकरी त्याच्याकडून वर्षभर काम करवून घेतो आणि एके दिवशी त्याचे उपकार जाणून त्याला देव मानतो. पूजतो, पाया पडतो. बैल पोळ्याचा सण मोठ्या उत्साहाने, दणक्याने आणि भक्तिभावनेनं साजरा करतो.

★★★

१०. संभाषण

महाराष्ट्राची राज्यभाषा मराठी आहे. तथापि खानदेशात अहिराणी, विदर्भात कऱ्हाडी, कोकणात कोकणी इत्यादी बोली भाषा त्या त्या प्रदेशात लोकव्यवहारात प्रचलित आहेत. त्यापैकी मालवणी कोकणीमधील काही प्रथम परिचयात्मक वाक्ये येथे दिली आहेत.

मराठी	**मालवणी**
नमस्कार.	नमस्कार.
आपले नाव काय?	तुजा नाव काय?
माझे नाव नारायण	माजा नाव नारायण.
आपले आडनाव काय?	तुजा आडनाव काय?
आपल्या वडिलांचे नाव काय?	तुज्या बापाशीचा नाव काय?
आपण राहता कोठे?	तू खत रवतय?
मी सावंतवाडीला राहतोय	मी सावंतवाडीक रवतय.
आपला पूर्ण पत्ता सांगा.	तुजो पुरो पत्तो सांग.
लिहून घ्या.	लिवून घे.
आपण कुठून येत आहात?	तू खयसून ईल् ?
मी सरळ रत्नागिरीहून येत आहे.	मी सामको रत्नागिरीसून येतय्.
आपण कोठे जाणार आहात?	तुका खय जाऊचा असा?
मी मालवणला जाईन	मी मालवणाक जायन.
तिथे आपले कोणी नातेवाईक आहेत?	थयसर तुज्या कोण नात्याचो आसा?
माझ्या नात्यागोत्याची माणसे तिथे आहेत.	माझ्या नात्यागोत्याची माणसा थय आसत.

तिथं माझे काही मित्रही आहेत.	थयसर माजे मित्रसुद्धा आसत.
ठीक.	बरा.
बसा. इथे बसा.	बस. ह्य बस.
तुमची प्रकृती कशी आहे?	तुजी तब्येत कशी आसा?
माझी प्रकृती ठीक आहे.	माजी तब्येत बरी आसा.
हे काय केलेस?	ह्या काय केलं?
इथून बाजार किती दूर आहे?	हयसून बाजार कितीसो लांब असा?
बराच दूर आहे.	खूप लांब आसा.
वाट दाखव.	रस्तो दाखय.
किती पैसे झाले?	कितके पैशे झालो?
माझ्याजवळ मोड नाही.	माज्याकडेन सुटे पैशे नाय आसत
ह्या शहराचे नाव काय?	ह्या शहराचा नाव काय?
ह्या शहराचे नाव कुडाळा.	ह्या शहराचा नाव कुडाळ.
मला थोडे पाणी प्यायला देता का?	माका थोडा पिऊक पाणी देत?
हो, हो अवश्य.	देतय हा.
एखादे गाणे म्हणा ना.	एखादा गाणा म्हण.
मला गाता येत नाही.	माका गाऊक येणा नाय.
ही बस कुठे जाते?	ही बस खय जाता?
तुमचे शिक्षण किती झाले?	तुजा शिक्षण किती झाला?
मी पदवीधर आहे.	मी पदवीधर आसय.
मी फिरायला जात आहे.	मी फिराक चललय.
चला, चहा घेऊ या.	चला च्या घेवू.

★★★

११. महाराष्ट्र गीत

बहु असोत सुंदर संपन्न की महा ।
प्रिय अमुचा एक महाराष्ट्र देश हा ।।धृ०।।

गगनभेदि गिरिविण अणु नच जिथे उणें
आकांक्षापुढतिं जिथें गगन ठेंगणे
अटकेवरि जेथिल तुरंगि जल पिणें
तेथ अडे काय जलाशय नदांविणे
पौरुषासि अटक गमे जेथ दुःसहा ।।१।।

प्रासाद कशास जेथ हृदयमंदिरें ?
सदभावांचींच भव्य दिव्य आगरें !
रत्नां वा मौक्तिकांहि मूल्य मुळीं नुरें
रमणीची कूस जिथे नृमणि खनि ठरे
शुद्ध तिचें शीलहि उजळवि गृहा गृहा ।।२।।

नग्न खड्ग करिं उघडें बघुनि मावळे
चतुरंग चमूचेंही शौर्य मावळे
दौडत चहुंकडुनि जवें स्वार जेथले
भासति शतगुणित जरि असति एकले
यन्नामा परिसुनि रिपु शमितबल अहा ।।३।।

विक्रम, वैराग्य एक जागिं नांदती
जरिपटका भगवा झेंडाहि डोलती
धर्मराजकारण समवेत चालती
शक्तियुक्ति एकवटुनि कार्य साधिती
पसरे यत्कीर्ति अशी विस्मयावहा ॥४॥

गीत मराठ्यांचे हे श्रवणीं मुखीं असो
स्फूर्ति दीप्ति, धृतिहि देत अंतरीं ठसो
वचनिं लेखनींहि मराठी गिरा दिसो
सतत महाराष्ट्र-धर्ममर्म मनिं वसो
देह पडो पत्कारणिं ही असे स्पृहा ॥५॥

– श्रीपाद कृष्ण कोल्हटकर

★★★